சிரா — கோவை மாவட்டத்தின் இருகூர் என்னும் ஊரைச் சேர்ந்தவர். கணினி அறிவியலில் முதுகலைப் பட்டப்படிப்பு முடித்து, மென்பொருள் அலுவலகத்தில் வேலை பார்த்துக் கொண்டிருக்கிறார். குறும்படங்கள் இயக்கி இருக்கிறார். திரைப்பட இயக்குநராக வேண்டும் என்ற எண்ணம் கொண்டிருந்தவர். இவரது மானசிக குருவான இயக்குநர் மிஷ்கினுடன் இவர் பேசிய தருணம், இவரது வாழ்க்கையை மாற்றி அமைத்தது. மிஷ்கின் கூறிய அறிவுரையின் பேரில், புத்தக வாசிப்பு தீவிரமானது. அந்தப் பயணம் இவரை வரலாற்றை நோக்கிக் கொண்டுசென்றது. கல்வெட்டுகள், செப்பேடுகள், கோயில் கட்டடக்கலை பற்றிக் கற்றுக்கொண்டார். வரலாற்று நூல்கள் எழுதத் தொடங்கினார். Indian Histropedia என்னும் வரலாறு தொடர்பான யூடியூப் சேனலை நடத்தி வருகிறார்.

இவரது பிற நூல்கள்:

1. மித்ரன்

2. சோழச் சூரியன் பாகம் 1 — சோழன் தலைகொண்ட வீர பாண்டியன்

மகாரதன்

சிரா

மகாரதன்
- சிரா ©

சுவாசம் பதிப்பகம்

Maharadhan
by Siraa ©

ISBN: 978-81-19550-11-1
Title Number: Swasam 126

First edition: Dec 2023

முன்னட்டை ஓவியம்: ஓவியர் ஜீவா

Published by:
Swasam Pathippagam,
An imprint of Swasam Publications Private Limited,
52/2, Near B.S Mahal,
Ponmar,
Chennai, Tamil Nadu – 600127
Email: swasam.publications@gmail.com

Printed by: Pustaka Digital Media, Dindigul - 624005

To buy the book: Swasam Bookart - +91-8148066645
Website: https://www.swasambookart.com/

Copyright © Swasam Pathippagam - All rights reserved.
No part of this publication may be reproduced, distributed, or transmitted in any form or by any means, including photocopying, recording, or any other electronic or mechanical methods, without prior written permission of the publisher, except in the case of brief quotations embodied in reviews and certain other non-commercial uses permitted by copyright law.

உள்ளே...

அணிந்துரை	9
என்னுரை	12
1. சுவரன் மாறனின் வருகை	15
2. மான்யகேடம்	20
3. கிருஷ்ணனின் சபை	26
4. போர் வேண்டுமா? வேண்டாமா?	43
5. பூங்காற்றில் வியூகம்	57
6. சுவரன் மாறனின் ஐயம்	94
7. பாண்டியனின் ராஜ்ஜியத்தில்	101
8. கண்டியூர் முற்றுகை	114
9. வெண்குளிக்கோட்டை	129
10. மணலூரில் பேய்	134

நன்றி

என்னுள் தமிழ் வளர்த்த சாரதா மாமிக்கு,

எனக்கு உயிர் கொடுத்த பெற்றோருக்கு,

எனக்கு ஊக்கம் கொடுத்த என் அக்காவுக்கு,

எனக்குத் தோள் கொடுத்து நின்ற மனைவிக்கு,

திரைப்பட இயக்குநர் மிஷ்கினுக்கு,

எனக்கு முன் எழுதிய அனைத்து எழுத்தாளர்களுக்கும்

கதைக்கு உதவிய புத்தகங்கள்

1. Mutharayar By Krishnan, Damilica Vol 1
2. Epicgraphica Indica, Volume 13
3. Rashtrakutas and their times By Anant sadashiv altekar
4. The Rashtrakutas of Malkhed By B R Gopal
5. தென் இந்திய வட இந்திய கோட்டைகள் — சி.எஸ். முருகேசன்

அணிந்துரை

வரலாற்றுப் புதினங்கள் எழுதுவது என்பது எளிதான செயல் அல்ல. அதற்கு அதிகப்படியான உழைப்பும் மெனக்கெடலும் அவசியம்.

கரடு முரடான கல்லைக்கூட இலாகவமாகச் செதுக்கி சிலையாக்கிவிடலாம். ஆனால், கண்ணுக்குத் தெரியாத, செவிகளுக்குக் கேட்காத, கடந்த கால நிகழ்வுகளை ஆராய்ந்து, கிடைக்கப் பெற்ற ஆவணங்களைச் சரிபார்த்து, அதில் கற்பனையைப் புகுத்திப் புதினமாகப் படைப்பது என்பது மிகப்பெரிய சாதனையே!

அப்பேர்ப்பட்ட சாதனையைச் சென்ற வருடமே சாதித்துக் காட்டிய எழுத்தாளர் சிரா அவர்கள், தனது வெற்றிப் பயணத்தை இந்த வருடமும் 'மகாரதன்' மூலம் தொடர்ந்திருக்கிறார்.

வரலாற்று எழுத்துலகில் பல எழுத்தாளர்கள் வருடம் தோறும் அறிமுகம் ஆவது கடந்த காலங்களில் அதிகரித்துக்கொண்டே வருகிறது என்பது உண்மையே! ஆனால், எத்தனை எழுத்தாளர்கள் தொடர்ந்து இந்த எழுத்து உலகில் பயணித்துக் கொண்டிருக்கிறார்கள் என்ற கேள்வி எழுப்பினால் அதற்கான விடை மிகவும் குறைவு என்றே பலரும் கூறுவார்கள்.

'மித்ரன்' என்ற தனது முதல் புதினத்தில் தன்னையும் தனது எழுத்துத் திறமையையும் தரணியில் பதிவு செய்த எழுத்தாளர் சிரா, 'மகாரதன்' புதினத்தில் தன்னை மென்மேலும் மெருகேற்றி எழுத்தில் சுவைகூட்டி வாசகர்களுக்கு அறுசுவை விருந்தை அளித்திருக்கிறார்.

வரலாற்றுப் புதினம் என்றாலே ஏதாவது ஒரு மன்னனின் வீர சாகசங்களையோ அல்லது அவன் காலத்தில் நடந்த நிகழ்வுகளையோ முன்னிலைப்படுத்தி புதினமாகப் படைப்பதே வழக்கம். ஆனால் சிரா, அதிலிருந்து மாறுபட்டு ஒரு போர் என்றால் அதற்கு முன் என்னவெல்லாம் மன்னர்கள் செய்திருப்பார்கள், எப்பேர்ப்பட்ட நடவடிக்கைகளை எல்லாம் மேற்கொண்டு இருப்பார்கள் என்ற அற்புத விளக்கத்தை இப்புதினத்தில் நமக்கெல்லாம் அறிமுகப்படுத்தி இருக்கிறார்.

பல்லவ மன்னர்களில் ஆகச் சிறந்த மன்னனாகவும் அதிசிறந்த வீரனாகவும் விளங்கிய இரண்டாம் நந்திவர்மன் காலத்தைக் கதைக்களமாக எடுத்துக்கொண்டு அதில் தனது கற்பனை என்னும் பொக்கிஷத்தைப் புதைத்து, தனது எழுத்தாளுமையை விதைத்து, வரலாற்றின் வன்மையைச் சுவைத்து, உண்மை வரலாற்றை மதித்து, மாசற்ற பொன்னால் செய்யப்பட்ட ஆபரணமாய் அழகாய் நிகழ்வுகளைத் தொகுத்து, ஆரவாரத்தைக் கதையில் மட்டும் நுழைத்து, அசாதாரண விஷயங்களை எல்லாம் சிந்தித்து, வரலாற்று உலகிலும் வாசகர்கள் நெஞ்சங்களிலும் நிலையான இடத்தை இப்புதினத்தின் மூலம் பெற்று வெற்றி வாகை சூட இருக்கிறார் எழுத்தாளர் சிரா.

திறமை என்பது ஒவ்வொரு மனிதனுக்குள்ளும் மறைந்திருக்கும் புதையல். அந்தப் புதையலைச் சரியாக அடையாளம் கண்டு அகிலத்தில் வெளிப்படுத்துவது அனைவருக்கும் இயலாத செயல். ஆனால், அதனைச் சிறப்பாகச் செய்யக்கூடியவர்களின் பட்டியலில் சிரா அவர்களும் இப்புதினத்தின் மூலம் சேர்ந்து விட்டார் என்று சொன்னால் மிகையாகாது.

எந்த ஒரு கலைஞனும் விமர்சனங்களுக்கும் துவேசங்களுக்கும் ஆளாகாமல் இவ்வுலகில் வலம் வரவே முடியாது. அதற்கு எழுத்தாளர் சிராவும் விதிவிலக்கல்ல.

முதல் புதினத்தில் பாராட்டுகளையும், வாழ்த்துகளையும் பலர் கூறினாலும் குறை கூறுவதற்கென்றே பிறப்பெடுத்திருக்கும் சில நல்ல உள்ளங்களால் சிரா அவர்கள் காயம்பட்டு மனக்கண்ணில் கண்ணீரை அருவியாய் வழியச் செய்ததை நான் அறிவேன்.

ஆனால் தன்னை நோக்கி எறியப்பட்ட கணைகளைக் கண்டு அஞ்சாமல், புறமுதுகிட்டு ஓடாமல், தவறு என்று கூறியதை எல்லாம் சரி செய்து, தன்னை இகழ்ந்தவர்களை எல்லாம் புகழும்படி செய்தே ஆகவேண்டும் என்று அரும்பாடுபட்டு,

தன்னைத்தானே செதுக்கிக் கொள்ளும் சிலையாக உருவெடுத்து, காலடியில் கிடத்தி நசுக்கிவிட வேண்டும் என்று எண்ணியவர்களை அண்ணாந்து பார்க்கச் செய்ய, எழுத்துகளை மலையாக்கி, எழுத்துலகில் தன்னை நிலையாக்கி, நிமிர்ந்து நிற்கிறார் எழுத்தாளர் சிரா.

'மகாரதன்' என்கிற இந்தப் புதினத்தில் மாறுபட்ட அதேசமயம், மறக்கவே முடியாத எழுத்தாளராகப் புதிய அவதாரம் எடுத்துள்ள எழுத்தாளர் சிரா அவர்களுக்கு எனது மனமார்ந்த வாழ்த்துகளையும் பாராட்டுகளையும் தெரிவித்துக் கொள்கிறேன்.

என்றும் அன்புடன்,
ஸ்ரீமதி.
(வரலாற்று நாவலாசிரியர்)

என்னுரை

வணக்கம் நண்பர்களே!

நான் உங்கள் சிரா. அனைவரும் நலமாக இருப்பீர்கள் என்று நம்புகிறேன். அனைவருக்கும் எல்லா சுகத்தையும் இயற்கை தரட்டும்.

இந்தக் கதை யார் மனதையும், யாருடைய எண்ண ஓட்டத்தையும், புண்படுத்தும் நோக்கோடு எழுதப்பட்டது இல்லை. இதில் ஏதேனும் தவறு இருந்தால் என்னை மன்னிக்கவும்.

நாம் மன்னர்களின் மாண்பைப் பற்றிப் பேச வந்தாலே — அவர்களுடைய ஆட்சிக்காலத்தில் நடந்த போர்களைப் பற்றியும், அவர்கள் பிடித்த நிலங்களைப் பற்றியும்தான் பேசுகிறோம். வீரமும், காதலும் மட்டுமே மன்னர் காலத்தில் அதிகம் பேசப்பட்ட விடயங்களாக இருக்கின்றன... அதைத்தான் நாம் கதைகளிலும் தொடர்ந்து படித்து வந்துகொண்டிருக்கிறோம்.

'நீர் இல்லாத நதியில் மீன் இல்லை! மக்கள் இல்லாத தேசத்தில் மன்னன் இல்லை!' என்று ஒரு சொற்றொடர் நம் அழகு தமிழில் இருக்கிறது. இதை நாம் கேட்டாலும் அப்படியே காற்றுவாக்கில் விட்டுவிட்டு அடுத்த வேலைக்கு நகர்ந்து விடுவோம்.

இந்தச் சொற்றொடர் 'மன்னனுக்கு நாடு பிடித்தலும், காதலும் மட்டும் வேலை இல்லை, மக்களை கவனிப்பதே தலையாய வேலையாக இருந்திருக்கிறது' என்று இது குறிக்கிறது. மக்கள் இல்லாத மன்னன் எத்தனை செல்வங்கள் வைத்திருந்தால் என்ன? எத்தனை வெற்றிகள் பெற்று இருந்தால் என்ன? எதற்கும் பிரயோஜனப் படாது அல்லவா!

அதாவது, மன்னர்கள் போர்களே செய்யக்கூடாது என்று நான் கூறவில்லை. ஒரு மன்னன் போருக்குச் செல்கிறான் என்றால், அதற்கு முன் என்னென்ன ஏற்பாடுகள் செய்திருப்பான்? மக்களின் வாழ்வியலை எவ்வாறு சமன் செய்து இருப்பான்? வெற்றி அடைந்த மன்னராயினும், தோல்வியடைந்த மன்னராயினும் போர்க் காலம் என்பது மிகவும் துயரத்திற்கு உண்டான காலம் அல்லவா! இதைத்தான் இந்தக் கதையில் கூற முயற்சி செய்திருக்கிறேன்.

போருக்கு முன் செய்யக்கூடிய ஆலோசனைகளும், முன்னேற்பாடும் ஒரு மன்னருக்கு எவ்வளவு முக்கியம் என்பதைக் கூறியுள்ளேன். இதை பல்லவ மன்னன் இரண்டாம் நந்திவர்மன் காலத்தில் நடந்த போர்களை மையமாக வைத்துக் கூற முற்பட்டுள்ளேன். போர் என்பது வெறும் வெற்றி வாகை சூட மட்டும் இல்லை. அதனுள் ஒரு மிகப்பெரிய வாழ்வியல் இருக்கிறது. நமக்கு இதுவரை கூறியது மண்ணுக்கும் பொன்னுக்கும்தான் போர் நடந்தது என்று. ஆனால், 'மக்களுக்காகத்தான்' போர்கள் நடந்தன என்பதே என் கூற்று! இக்கதையைப் படித்து முடிக்கும்போது நீங்களும் அதை உணர்வீர்கள்! என்னுடன் சேர்ந்து வாருங்கள், நேராக பல்லவ மன்னன் இரண்டாம் நந்திவர்மன் காலத்திற்குச் செல்வோம்! உங்களுக்காக என் 'மகாரதன்' காத்துக் கொண்டிருக்கிறான்.

இந்தக் கதையில் சில கல்வெட்டுத் தரவுகளையும், வரலாற்று ஆராய்ச்சியாளர்களின் புத்தகத்தில் இருந்து எடுக்கப்பட்ட குறிப்புகளை வைத்து என் கற்பனையுடன் கலந்து இந்தப் புதினத்தை எழுதியுள்ளேன்.

இந்தக் கதையின் மூலம் செந்தலை என்ற ஊரில் இருக்கக்கூடிய ஒரு கல்வெட்டு. அந்தக் கல்வெட்டுச் செய்தியில் 'போர்க்களத்தில் பேய் உலா வருகிறது' என்று எழுதி இருப்பார்கள். அப்படியாயின் அந்தப் போர் எவ்வளவு உக்கிரமாக நடந்து இருக்கும் என்பதையே எனக்கு அந்தக் கல்வெட்டு கூறியது. அக்காலகட்டத்தில் தேடிப்பார்த்த பொழுது என் நண்பரும், சிறந்த வரலாற்று ஆர்வலருமான திரு. திருச்சி பார்த்தியின் முகப்புத்தகத்தில் இந்தக் கல்வெட்டைப் பற்றி தெளிவான உரை எழுதி இருந்தார்.

அந்தப் பதிவைப் படித்த பொழுது இந்த 'மகாரதன்' என்னுள் கருவாய் உதித்தான். என் 'மகாரதன்' என்னுள் தோன்றக் காரணமாக இருந்த திரு. திருச்சி பார்த்திக்கு என் சிரம் தாழ்ந்த நன்றிகளும், வணக்கங்களும்.

இந்தக் கதை ஒரு புதினமே தவிர, இது ஒரு வரலாற்று நூல் இல்லை.

இதில் வரும் பல கதாபாத்திரங்களின் பெயர்கள் பாண்டியர்கள் மற்றும் பல்லவப் பேரரசின் கல்வெட்டுகளில் வருகின்றன. இன்னும் சில பெயர்கள் அக்காலத்தில் இதே போல் இருக்கலாம் என்று நானே கற்பனை செய்து சூட்டியவை.

என்னுடைய வரலாற்றுப் பயணத்தைச் சரியான பாதையில் எடுத்துச்சென்ற என் ஆசான் திரு. ராஜாராம் கோமகன் ஐயாவிற்கு என் பணிவான நமஸ்காரங்கள்.

'சோழகங்கம்' என்ற மாபெரும் நாவலை எழுதிய வரலாற்று நாவலாசிரியர் அண்ணன் திரு.சக்தி ஸ்ரீ அவர்களுக்கு என் பணிவான வணக்கங்கள். ஏனெனில் 'மகாரதன்' என்ற பெயரில் நாவல் எழுதப் போகிறேன் என்று பேனாவை எடுத்த பொழுது, என் பேனா ஒரு வரி கூட நகராமல் அங்கேயே நின்று இருந்தது. என்ன காரணம் என்று சிந்தித்த பொழுது கதையில் சில அவிழ்க்க முடியாத முடிச்சுகள் இருந்தது புலப்பட்டது. பின் அதை திரு.சக்தி ஸ்ரீ அண்ணனிடம் பகிர்ந்துகொண்டேன். அவர் உடலில் இருக்கும் சிக்கலைச் சரிசெய்யும் மருத்துவர் போல், வரலாற்றில் இருக்கக்கூடிய சிக்கல்களையும் அதற்கு உண்டான தெளிவான விளக்கத்தையும் கூறி இந்தக் கதையை வளர்த்தெடுக்க உதவினார்.

இந்தக் கதையை உருவாக்கும் பொழுது எனக்கு இருந்த சந்தேகங்களுக்கு விளக்கம் அளித்த என் நண்பர்களும், வரலாற்று ஆர்வலர்களான திரு.சசிதரன் அவர்களுக்கும், திரு. ஸ்ரீனிவாஸ் அவர்களுக்கும் மிக்க நன்றி.

'மகாரதன்' வளர்ந்தபின் அதைப் படித்து அணிந்துரை எழுதிய வரலாற்று நாவலாசிரியர் ஸ்ரீமதி அண்ணனுக்கு நன்றி.

இப்புத்தகத்தின் முதல் பதிப்பை வெளியிட்ட ஏலே பதிப்பகத்துக்கு நன்றி.

ஒரு சிறு குழந்தை தவழ்வது போல் என் முதல் புத்தகமான 'மித்ரன்' உருவானது. அக்குழந்தை இப்பொழுது தத்தித் தத்தி நடக்க முயற்சிக்கிறது. அப்படி உங்களிடம் நடந்து காட்ட வந்த குழந்தைதான் 'மகாரதன்'. இந்தக் குழந்தையை வாசகர்களாகிய நீங்கள் வாஞ்சையுடன் பத்திரமாகக் கைகோத்து நடத்திக் கூட்டிச் செல்வீர்கள் என்று நம்புகிறேன்.

இப்படிக்கு,

சிரா.

1. சுவரன் மாறனின் வருகை

அன்று காஞ்சிமா கடிகையில் வீரர்கள் பயிற்சியில் ஈடுபட்டுக் கொண்டிருந்தனர். பயிற்சி என்றால் ஏதோ சாதாரணமாக மல்யுத்தம், தற்காப்புக் கலை பயிற்சி அல்ல. கடும் போர்ப் பயிற்சி. தேர்வுக்குத் தயாராகிக் கொண்டிருக்கும் மாணவர்கள் போல் அந்த வீரர்கள் தயாராகிக் கொண்டிருந்தனர். எந்தச் சமயத்திலும் வில்லில் இருந்து கிளம்பும் அம்பு போலத் தயாராகிக் கொண்டிருந்தனர்.

ஒவ்வொரு வீரனின் உடல்கட்டைப் பார்க்கும்போதே அவன் ஒரு போர் ஆயுதமாக இருக்கிறான் என்று தெரியும் அளவிற்கு தீர்க்கமான உடல்வாகு கொண்டவர்களாக இருக்கிறார்கள். போர்ப் பயிற்சி என்றால் போர்ப்பயிற்சிதான். இவர்கள் பயிற்சி எடுப்பதைப் பார்த்தாலே எதிரி நாட்டுப் படையினர் பல்லவ தேசத்தின் மீது போர் தொடுக்க கனவு கூட காண மாட்டார்கள்.

இந்தக் கடிகையில் பயிற்சிபெறும் ஒரு வீரன் ரத, கஜ, துரக, பதாதி இந்த நால்வகைப் படைகள் வந்தாலும் எதிர்த்து நின்று சண்டை இடக்கூடிய திறன் படைத்தவனாக இருக்கிறான். இந்தக் கடிகை நம் பல்லவ மன்னன் இரண்டாம் நந்திவர்மனின் நேரடிக் கண்காணிப்பில் நடந்து வரக்கூடிய கடிகை.

காஞ்சி மாநகர் மற்றும் பல்லவ நாட்டின் பல பகுதிகளில் இன்னும் நிறைய கடிகைகள் இருக்கின்றன. இருந்தும் குடிமக்கள் அனைவருக்கும் மிகவும் பிடித்தமான கடிகை இந்த காஞ்சிமா கடிகையே! ஏனெனில் இது நம் மன்னன் இரண்டாம் நந்திவர்ம பல்லவனின் நேரடிக் கட்டுப்பாட்டில் இருக்கிறது. இங்கு வெறும் போர்ப்பயிற்சி மட்டும் கற்றுக் கொடுப்பதில்லை. கலை, அறிவியல், விவசாயம், எண்கணிதம், மனோதத்துவம், அரசியல், போர் ஆயுதங்கள் செய்வது, நீர் வழித்தடங்களைப் படிப்பது, வாணிபம், வானவியல் சாஸ்திரம், தத்துவம், தர்க்கம், கட்டுமான தொழில்நுட்பம் என்று மக்களுக்குத் தேவையான அனைத்து விதமான கல்வியும் இங்கே கற்றுக்கொடுக்கிறார்கள்.

இந்த காஞ்சிமா கடிகை என்று சொன்னாலே எதிரி நாட்டு மன்னனுக்குப் பயம் வந்துவிடும். ஏனெனில் ஒரு நாட்டுக்கு என்ன தேவையோ அதை அனைத்தையுமே இந்தக் கடிகை உற்பத்தி செய்து நாட்டுக்கு அர்ப்பணிக்கிறது. இந்தக் கடிகை காஞ்சி மாநகரில் இருக்கும் காரணத்தினாலேயே எந்த ஒரு எதிரி நாட்டவரும் காஞ்சியின் மீது படை எடுக்க அஞ்சுவான்.

ஆனால் இதைப் பற்றியெல்லாம் ராஷ்டிரகூட பேரரசன் கிருஷ்ணனுக்கு ஒரு துளியும் கவலை இல்லை. மேலிருந்து கீழே இறங்கி வந்தால் செல்வச் செழிப்பான நிலங்கள் கிடைக்கும், நீர் நிலைகள் கிடைக்கும், அறிவார்ந்த மக்கள் கிடைப்பார்கள். அதனால் பல்லவ தேசத்தின் மீது போர் தொடுக்கலாம் என்று ராஷ்டிரகூட மன்னன் கிருஷ்ணன் அவருடைய தர்பாரில் மந்திரிமார்கள், தளபதிகள் முன்னிலையில் பல்லவ தேசத்தின் மீது போர் தொடுத்தால் சாதகம் என்ன பாதகம் என்னவென்று கேட்டறிய ஏற்பாடு செய்து, அவர் மாளிகையிலிருந்து தர்பார் நோக்கிக் கிளம்பினார்.

அத்தருணத்தில் காஞ்சிமா கடிகையில் கடும் போர்ப் பயிற்சியில் ஈடுபட்டுக் கொண்டிருந்த நம் பல்லவ தேசத்து வீரர்களுக்கு ஒரு நாழிகை இடைவேளை அளிக்கப்பட்டது. இந்த இடைவேளையில் நம் பல்லவ தேசத்தின் தளபதியும், மாறன் பரமேஸ்வரன் முத்தரையரின் மகனுமான சுவரன் மாறன் அந்த வீரர்களை அழைத்து வரச் சொல்லி அந்தக் கடிகையின் நிர்வாகி அனந்தவர்மனிடம் கூறினார்.

சுவரன்மாறனும் அனந்தவர்மனும் பேசிக்கொண்டிருப்பதை காஞ்சிமா கடிகையின் தலைமை ஆசிரியர் சங்கரநாராயணன் பார்த்துவிட்டு அவர்கள் இருவரிடம் சென்று,

“என்ன விஷயம், தளபதி இங்கு வந்திருக்கிறார்? ஏதேனும் தேர்வா?” என்று சங்கரநாராயணன் கேட்க, சங்கரநாராயணனின் குரலைக் கேட்டவுடனே சுவரன்மாறன் சடாரென்று திரும்பி, “குரு தேவருக்கு என் வணக்கங்கள்” என்று சாஷ்டாங்கமாகக் காலில் விழுந்து நமஸ்கரித்தான்.

“ஆயுஷ்மான் பவ!” என்று சுவரன்மாறனை வாழ்த்தி,

“என்ன விஷயமாக வந்திருக்கிறாய்? உன் தந்தை மாறன் பரமேஸ்வரன் முத்தரையர் எவ்வாறு உள்ளார்? மன்னர் நந்திவர்ம பல்லவன் சுகமாக இருக்கிறாரா? கண்டியூர் செழிப்பாக இருக்கிறதா?” என்று சங்கரநாராயணன் கேட்க, மீண்டுமொருமுறை இருகரம் கூப்பி வணக்கம் வைத்து, அமைதியும் தேஜஸும் இருக்கக்கூடிய சங்கரநாராயணனின் முகத்தைப் பார்த்த உடனே நம் சுவரன் மாறனுக்குப் பேச்சு வரவில்லை. பேசத் திணறினான்.

“அய்யனே! குருநாதா! தந்தை, மன்னன், அனைவரும்...”

“ஏய் சுவரன்மாறா... போதுமடா. இன்னும் நீ முதல் நாள் இந்தக் கடிகையில் வந்து என்னைப் பார்த்தது போலவே, பார்த்து பேச்சு வராமல் நிக்காதே. இந்தப் பல்லவ தேசத்தின் தளபதி. அதுவும் கடிகையில் பயிலும் மாணவர்களைத் தேர்வு செய்து எடுக்கக்கூடிய தகுதியும், அங்கீகாரமும் படைத்த தளபதி நீ.

நீ உன்னுடைய குருவைப் பார்த்து பேசுவதற்கே இவ்வாறு திணறுகிறாய் என்று அடுத்தவருக்குத் தெரிந்தால் உன்னை எவ்வாறு மதிப்பார்களடா?

உனக்கு வாள் வீசும்போது இருக்கக்கூடிய தைரியம் என்னைப் பார்த்து சொல் வீச மட்டும் என்னடா வருவதில்லை?” என்று குருநாதர் சங்கரநாராயணன் சுவரன் மாறனைப் பார்த்துக் கேட்டார்.

இதைப் பார்த்துக்கொண்டிருந்த அனந்தவர்மனுக்கு என்ன சொல்லுவது என்றே தெரியவில்லை. குருவைப் பார்த்து அமைதியாக வணக்கத்தைச் செலுத்திவிட்டு, சுவரன்மாறனிடமும் “நான் சென்று மாணவர்களை அழைத்து வருகிறேன்” என்று சொல்லி விடைபெற்றான் அனந்தவர்மன்.

அனந்தனுக்கு விடைகொடுத்துவிட்டு, சுவரன் மாறன் பேச ஆரம்பித்தான்.

“குருதேவா, என்னதான் நான் இந்த நாட்டின் ஒரு தளபதி ஆனாலும் நான் என்றுமே உங்களுடைய மாணவன்தானே!

எந்த ஒரு மாணவனுக்கும் அவனுடைய ஆசிரியரைப் பார்த்தவுடன் முதலில் பேச ஒரு தயக்கம் வரும். அந்தத் தயக்கமே எனக்கு தடுமாற்றமாக இருக்கிறது ஐயா.

அது போகக்கூடிய நாட்களில் சரியாகுமா அல்லது இதே போல்தான் இருக்குமா என்று எனக்கு தெரியாது. உங்களுடைய முகத்தைப் பார்த்த உடனேயே எனக்கு பேச்சு வருவதில்லை. அதுதான் என்னுடைய கோளாறு. இது தவறாக இருந்தால் என்னை மன்னியுங்கள் ஐயா" என்று மீண்டும் ஒரு வணக்கம் வைத்தான்.

"சரி இது போகட்டும். என்னுடைய கேள்விகளுக்கு நீ இன்னும் பதில் தரவே இல்லையே!" என்று குருநாதர் சங்கரநாராயணன் கேட்க,

"ஐயா, மன்னன் நலமாகவும், சுகமாகவும் இருக்கிறார்" என்று ஒரே வரியில் பதில் தந்தான் நம் சுவரன் மாறன். இந்த பதிலைக் கேட்டுவிட்டு,

"நீ இன்னும் அந்தக் குழந்தைதான். என்னைப் பார்த்து, 'உன்னை ஏன் நான் வணங்க வேண்டும்?' என்று கேட்ட அதே சிறுபிள்ளை சுவரன்மாறன்தான். இந்த ரத்தினச் சுருக்கமான பதில் கூறுவதை நீ மாற்றிக் கொள்ளவும் இல்லை, இதை நீ மாற்றிக் கொள்ளத் தேவையுமில்லை" என்று கூறி அவனை ஆரத் தழுவிக் கொண்டார்.

"நான் ஐந்து கேள்விகள் எழுப்பினால் நீ ஒரு வரி பதில் அனைத்து கேள்விகளுக்கும் விடை தந்துவிட்டாய். மன்னன் நலமாகவும், சுகமாகவும் இருக்கிறார் என்று கூறி நாடும், வீடும், நாட்டு மக்களும் செழிப்பாகவும் சுகமாகவும் இருக்கிறார்கள் என்று கூறிவிட்டாய். 'அரசன் எவ்வழியோ அவ்வழியே மக்கள்' என்று நான் கற்பித்த பாடத்தை இன்னும் மனதில் அப்படியே வைத்திருக்கிறாய். நீ வாழ்க, உன்னுடைய சமயோசித புத்திதான் உன்னை உயர்த்தப் போகிறதடா. ஆயுஷ்மான் பவ! புத்திமான் பலவான்!" என்று இரு கைகளையும் உயர்த்தி சுவரன் மாறனை மீண்டும் ஒருமுறை ஆசிர்வதித்தார் குருநாதர் சங்கரநாராயணன்.

"ம்ம்... சொல், நீ இந்தக் கடிகைக்கு வந்த காரணம் என்ன?" என்று குருநாதர் கேட்க.

"குருவே! மன்னரின் ஆணைக்கிணங்க நான் இங்கே வந்திருக்கிறேன். மூன்று நாட்களுக்கு முன் நம் மன்னர் நந்திவர்ம பல்லவன் கண்டியூர் வந்தார் என்று உங்களுக்குத்

தெரியும். ஆனால், ஏன் மன்னர் திடீரென்று கண்டியூருக்கு விஜயம் செய்தார் என்று உங்களுக்கும் மக்களுக்கும் தெரிய வாய்ப்பில்லை. அவர் ஏன் அங்கு வந்தார் என்று உங்களுக்கு ஏதேனும் எண்ண ஓட்டம் இருக்கிறதா?" என்று சுவரன் மாறன் சங்கர நாராயணனைப் பார்த்துக் கேட்டான்.

"இந்த திடீர் திக்விஜயம், நாட்டு மக்களும் நாட்டின் பாதுகாப்பு எவ்வாறு இருக்கிறது என்பதைப் பார்த்துவிட்டு, ஒற்றர் படையின் தளபதிகளுடன் பேசி, மேலே கங்கர்கள், சாளுக்கியர்கள், ராஷ்டிரகூடர்கள் என்ன செய்து கொண்டிருக்கிறார்கள் என்பதைத் தெரிந்துகொண்டு, கீழே பாண்டியர்கள் மற்றும் சேரர்கள் என்ன செய்கிறார்கள் என்பதையும் தெரிந்து கொண்டுவிட்டு, முதலில் யார் மீது போர் தொடுக்கலாம் என்பதை நம் பல்லவ தேசத்தின் சிற்றரசர்களையும் தளபதிகளையும் கலந்து ஆலோசனை செய்யத்தான். இதற்குத்தான் மன்னர் ஸ்ரீ நந்திவர்ம பல்லவன் கண்டியூர் மாளிகைக்குச் சென்றிருக்கிறார் என்பது என் எண்ணம். சரியா?" என்று கேட்டார் சங்கரநாராயணன்.

"குருவே, நீங்கள் ஒரு தீர்க்கதரிசி! ராஜ காரியங்களைத் தொடர்ந்து பார்த்துக் கொண்டிருக்கிறீர்கள் என்பதை உங்களின் பதில் மூலம் தெரிந்துகொள்ள முடிகிறது. நீங்கள் இந்தக் கடிகைக்குள் இருந்துகொண்டு அரசாங்கத்தில் என்ன நடக்கிறது, அரசர் என்ன செய்து கொண்டிருக்கிறார், எங்கு செல்கிறார், நாட்டின் எல்லைப் பாதுகாப்பு எவ்வாறு இருக்கிறது, நாட்டு மக்கள் எவ்வாறு இருக்கிறார்கள் என்று அனைத்துக் காரியங்களையும் தெரிந்து வைத்திருக்கிறீர்கள்!

ஐயனே, நீங்கள் சொல்வது போல்தான் நடந்தது. கண்டியூர் அரண்மனையில் இருக்கும் தர்பாரில் ஒரு ஆலோசனைக் கூட்டம்தான் நடந்தது" என்று சுவரன் மாறன் பேச ஆரம்பிக்க, அங்கு 'ராஷ்டிரகூடத்தில்' கிருஷ்ணனின் சபை கூடியது.

2. மான்யகேடம்

மான்யகேடம் மிகவும் நேர்த்தியாக உருவாக்கப்பட்ட ஒரு நகரம்.

இந்த நகரத்தின் ஆரம்பமே ஒரு கோட்டைதான். ராணுவத்தின் கோட்டையைத் தாண்டித்தான் நகரத்துக்கு உள்ளே செல்கின்ற வழி இருக்கிறது. ஒரு சாதாரணமாக அமைக்கப்பட்ட கோட்டை என்று நினைத்துவிட வேண்டாம். இந்தக் கோட்டையும் நகரமும் ஆரம்பிக்கும் இடத்திலிருந்து ஏறக்குறைய ஒன்றரைக் காத தூரம் ஒரு அழகிய நதி ஓடுகிறது. அந்த நதியே இந்த நகரத்திற்குப் பிரதானமான நீராதாரமாக இருக்கிறது.

நீராதாரம் மட்டுமல்ல, நீர் வழித்தடமாகவும், இயற்கையான ஒரு அரணாகவும் நதி அமைந்திருக்கின்றது.

அந்நதியின் பெயர் 'காடின நதி'. இந்த நதியின் ஓட்டத்தில்தான் இந்நகரம் முழுக்கப் பச்சைப் பசேல் என்று இருக்கிறது. இந்த நீர் வழித்தடத்தின் மூலமாக வணிகமும் நடக்கிறது. இந்த காடின நதி அப்படியே இந்த மான்யகேடத்தைப் பசுமையாக வைத்துக்கொள்வது மட்டும் இல்லாமல், மான்யகேடத்தைச் சுற்றியுள்ள பகுதிகளையும் வளமாக வைத்திருக்கிறது.

இந்த நதி மான்யகேடம் வழியாகப் பாய்ந்து ஏறக்குறைய நானூறு பர்லாங்கு ஓடி கிருஷ்ணா நதியின் கிளை நதியான சந்திரபாகா நதியில் சென்று கலக்கிறது.

இந்த காடின நதி பாய்ந்து ஓடும் பகுதிகள் செழிப்பான தேசங்களாக இருக்கின்றன. அந்த தேசங்களில் இருக்கும் மன்னர்களும் மற்றும் குறுநில மன்னர்களும் கிருஷ்ணனுக்கு முன் ஆண்ட தந்தி துர்கா காலத்திலேயே ராஷ்டிரகூடர்களுடன் இணைந்து ராஜ்யத்திற்குத் தோளோடு தோள் கொடுத்து நின்றனர். அதனால் இந்த மான்யகேடத்தில் உற்பத்தியாகும் பொருள்கள் இந்த நதி மூலமாக வெவ்வேறு இடங்களுக்குக் கொண்டு சென்று விற்பனை செய்ய எந்தப் பிணக்கும் இல்லாமல் போனது. மண் வளத்தை மட்டும் இந்த நதி செழிக்க வைக்காமல், நாட்டின் வணிகத்திற்கும் பிரதானமாக இருக்கிறது.

காடின நதி மான்யகேடத்துக்கு மேலே நானூறு பர்லாங்கும், கீழ் நானூறு பர்லாங்கும் ஓடுகிறது. அதனால் இந்த நகரில் இருந்து வலது இடது புறமாக எளிதில் நாம் நீர் வழியே பயணிக்க முடிகிறது. இந்த நதி ஓடும் அனைத்து ராஜ்ஜியங்களும் ராஷ்டிரகூட குடைக்கீழ் இருப்பதால் நீர் வழித்தடத்தில் எந்த ஒரு அந்நியனும் நுழைய முடியாத அளவிற்குப் பாதுகாப்பாக உள்ளது.

இந்த நதியிலிருந்துதான் மான்யகேடத்தின் கோட்டைக்கும், நகரத்திற்கும் நீர் வருகிறது. நீரை வாய்க்கால்கள் மூலமாகவோ அல்லது சிறு ஓடைகள் மூலமாகவோ கோட்டைக்கும், நகரத்திற்கும் பின்பு கோட்டையைச் சுற்றி இருக்கக்கூடிய அகழிக்கும் கொண்டு வரவில்லை.

ஏனெனில் எதிரிகள் நாட்டின் மீது படையெடுத்து வந்தால் முதலில் நீர் வழித்தடங்களைத் தடுத்தால் கோட்டையில் இருப்பவர்களுக்கும், நகரத்தில் இருப்பவர்களுக்கும் நீராதாரம் இல்லாமல் ஆகிவிடும், அதனாலேயே இந்த ராஷ்டிரகூடர்கள் வாய்க்கால்கள் மூலம் நீரைக் கொண்டுவரவில்லை.

அதற்குப் பதிலாக ஆற்றுப்படுகையில் இருந்து நீரை வேறு வழியில், வேறு தொழில்நுட்பத்தில், நகரத்துக்கும், கோட்டைக்கும், அகழிக்கும் கொண்டு வந்திருக்கிறார்கள்.

எவ்வாறென்றால், ஆற்றுப்படுகையில் இருந்து சரிவாகவும், ஐந்தடி ஆழமாகவும், ஆறடி அகலமாகவும் வாய்க்கால்கள் வெட்டப்படுகின்றன. அந்த வாய்க்காலுக்குள் கற்களை வைத்து கீழ், மேல், வலது, இடது புறங்களில் மேலே சுவர் வைத்து மூடுவோம் அல்லவா, அதேபோல் மூடி விடுகிறார்கள். இது ஒரு குழாயில் நீர் எடுத்து வருவது போல் ஆகிவிடுகிறது.

இந்தக் குழாய்க்குள் நீர் வரவேண்டும் அல்லவா? அதற்கு ஆற்றுப்படுகை நோக்கி இருக்கக்கூடிய இந்தக் குழாயின் முகத்துவாரத்தை, பெரிய அணைக்கட்டுக்கு மதகுகள் வைப்பதுபோல் ஆற்றுக்குள் இருக்கும் இந்தக் குழாயின் முகத்துவாரங்களை மதகுகள் வைத்து மூடி விடுகின்றனர்,

பின்பு வாய்க்கால் போல் மண்ணை வெட்டினார்கள் அல்லவா. அதற்குள்தான் கற்களை வைத்து குழாய் போல் செய்து நீர் வழித்தடத்தைச் செய்தார்கள் அல்லவா, அதன் மேலே கற்கள் வைத்து மூடி, அந்தக் கற்கள் மீது இந்த மண்ணைக் கொட்டி சமன்செய்து ஒரு சமதளம் போலவே காட்டுகிறார்கள்.

அந்நியர்களாக இருந்தாலும் சரி, படையெடுக்க ஆசைப்படும் மன்னனாக இருந்தாலும் சரி, மான்யகேடத்திற்குப் புதிதாக வரக்கூடிய மக்களாக இருந்தாலும் சரி, நீர் எவ்வாறு நகரத்திற்கும் கோட்டைக்குள்ளும் இந்த அகழிக்குள்ளும் வருகிறது என்று யாருக்குமே தெரியாது. அவர்கள் வியந்துதான் பார்ப்பார்கள்.

இப்படி மண்ணுக்குள் கற்களை வைத்து குழாய் போல் செய்து நீரை உள்ளே கொண்டு வருகிறார்கள் அல்லவா, அது நேரடியாக கோட்டைக்குள்ளும் நகரத்திலும் வந்து விடுகிறதா என்றால் அப்படி வருவதில்லை.

அதற்குப் பதிலாக, முதலில் கோட்டையையும், நகரத்தையும் சுற்றி இருக்கக்கூடிய அகழிகள் நிரப்பப்படுகின்றன. அதிலிருந்து நீர் இதேபோல் மண்ணுக்குள்ளே குழாய் மூலமாக கோட்டைக்குள் இருக்கக்கூடிய கிணறுகளில் நிரப்பப்படுகிறது. இந்தக் கிணறுகள் கோட்டைக்கு நீர் ஆதாரமாக இருக்கின்றன. இந்தக் கிணறுகளில் இருந்து ஏற்றம் இறைத்து யானைகள், குதிரைகள் மற்றும் கால்நடைகள் கட்டி வைக்கக்கூடிய கொட்டகைக்கு நீர் கொண்டு செல்லப்படுகிறது. மண்ணுக்குள் புதைக்கப்பட்ட குழாய்கள் மூலமாகதான் செல்கிறது. கிணற்றிலிருந்து ஏற்றம் இறைத்து நீர் ஒரு பெரிய தொட்டியில் கொட்டப்படுகிறது. இன்னொரு பக்கம் ஏற்றம் இல்லாமல் சக்கரத்தின் உதவியுடன் நீர் மேலே இறைத்து பாத்திரங்கள் வாயிலாக கோட்டைக்குள் இருக்கும் வீரர்களுக்கும், சமையலுக்கும் பயன்படுத்திக் கொள்கிறார்கள்.

பின்பு வலது, இடதுபுறமாக இருக்கக்கூடிய அகழியிலிருந்து நகரத்துக்குள் இருக்கும் பெரிய ஏரிகளுக்கு நீர் கொண்டுவரப்படுகிறது. நகரத்துக்குள் இருக்கும் பெரிய ஏரிகளில் இருந்து கிணறுகளுக்கும், மக்கள் குடியிருப்பு

இருக்கக்கூடிய இடத்தில் இருக்கும் குளங்களுக்கும் நீர் பகிர்ந்து கொடுக்கப்படுகிறது.

இதன் மூலம் நீர்வழிப் பாதைகள் மிகவும் சரியாக அமைக்கப்பட்டிருக்கிறது. இந்த நீர் வழித்தடத்தைப் பராமரித்து, சீர் செய்ய மட்டும் ராஷ்டிரகூடத்தில் ஒரு தனி அமைச்சகமே இருக்கிறது.

நீர் வழித்தடத்தை இவ்வாறு வைத்திருக்கிறார்கள் என்றால் இவருடைய நகர அமைப்பு எவ்வாறு இருக்கும்.

இவர்களுடைய நகர அமைப்பு மிகவும் நேர்த்தியாக இருக்கிறது. இந்த நகரத்தின் மதில் சுவர் எவ்வாறு ஒரு பெரிய அரணாக இருக்கிறதோ, அதுபோலவே நகரத்தின் உள்ளே மதில் சுவர் அருகே மூன்று வரிசைகளுக்கு மரங்கள் நட்டு வைத்திருக்கிறார்கள். எல்லா மரங்களுமே மக்களுக்கு உபயோகமாக இருக்கக்கூடிய மரங்களாகவே இருக்கின்றன.

வேங்கை, தேக்கு, வன்னி, புங்கை, வேம்பு, அரசு, சந்தனம் இவ்வகையான மரங்களை மதில் சுவருக்கு அருகிலேயே மூன்று வரிசைகளாக நட்டு வைத்திருக்கிறார்கள். அது இந்த நகருக்கு நல்ல காற்றோட்டத்தைத் தருகிறது. அத்துடன் ஏதோ ஒரு காட்டுக்குள்ளே இந்த நகரம் இருப்பது போல் காட்சியையும் தருகிறது.

இவர்கள் நட்டு வைத்திருக்கக்கூடிய மரங்கள் ஒவ்வொன்றும் ஒவ்வொரு வகையான குணாதிசயங்களைக் கொண்டதாக இருக்கிறது. அதனால் மக்களுக்கு நல்ல பயன் இருக்கிறது.

ராஷ்டிரகூடத்தில் மக்கள் ஒரு மரத்தை வெட்டி அவர்களின் பயன்பாட்டுக்கு உபயோகிக்க வேண்டும் என்றால், வெட்டப்போகும் அதே வகை மரக்கன்றை மக்கள் நடவேண்டும். அப்படி நடாவிட்டால் அது ஒரு ராஜ துரோகமாகக் கருதி வெட்டுவோருக்கு அதற்குண்டான தக்க தண்டனை கொடுக்கப்படும். இப்படி ஒரு சட்டம் ராஷ்டிரகூடத்தில் இருக்கிறது.

அதனால் மக்கள் எப்பொழுதும் மரங்களைப் பயன்படுத்துவதற்கு முன்பே நகரத்தைப் பராமரிக்கக்கூடிய அதிகாரியிடம் சொல்லிவிட்டு, மரக்கன்றுகளை நட்டு அதற்குண்டான தக்க சாட்சிப் பத்திரங்களைப் பதிவு செய்து, தக்க ஆதாரத்துடன்தான் மரங்களை வெட்டுவார்கள். இதே சட்டம் வயலில் நடப்படக்கூடிய பயிர்களுக்கும் பொருந்தும்.

என்ன அறுவடை செய்யப் போகிறீர்களோ, அந்தப் பயிருடைய விதைகளை அந்நாட்டு மக்கள் பராமரித்து வைத்திருக்க வேண்டும்.

இதனால் விதைகள் அனைவருக்கும் கிடைக்கும். பண்டமாற்றி பொருள்களைப் பெறுவது போல், ராஷ்டிரகூடத்தில் உள்ள விவசாயிகள் விதைகளை மாற்றிக் கொள்கின்றனர். அதனால் பருவநிலை மாற்றத்திற்கு ஏற்ப அனைத்து விவசாயிகளாலும் விவசாயத்தைச் செய்ய இயல்கிறது.

இது ஒரு நாட்டின் பொருளாதார நிலையைச் சரிசெய்ய அல்லது சீர் செய்ய பயனுள்ளதாக இருக்கிறது. இந்த ராஷ்டிரகூடத்தில் இதற்காகவே தனியாக ஒரு அமைச்சகம் செயல்படுகிறது. இந்த அமைச்சகம் பரத கண்டத்தில் இருக்கக்கூடிய அனைத்து ராஜ்ஜியங்களுக்கு ஒரு எடுத்துக்காட்டாக இருக்கிறது.

இது மட்டும் இல்லாமல், இங்கு வயல்வெளிகள் அனைத்துமே சீராக இருந்தது. எல்லா விளைநிலங்களும் நாகரம் அல்லது செவ்வக வடிவில் இருந்தன. ஒவ்வொரு சதுரம் அல்லது செவ்வகம் பிரியும் இடத்தில் சிறு வாய்க்கால் வெட்டி அதன்வழியே விளைநிலங்களுக்கு நீர் பாய்ச்சப்படுகிறது.

இங்கிருக்கும் விளைநிலங்களுக்கு எந்தப் பாதிப்பும் இல்லாததுபோல் நகரத்துக்குள் இருக்கும் மக்களின் வாழ்விடத்திற்கும், மன்னனின் மாளிகைக்கும் செல்லும் வழியும் அமைக்கப்பட்டிருக்கிறது.

விளைநிலங்கள் முடியும் இடத்தில் பெரிய சந்தை இருக்கிறது. இந்தச் சந்தையில் எல்லா வகையான பொருள்களும் விற்கப்படுகின்றன. ஈசலிலிருந்து எருதுவரை, பானையிலிருந்து யானை வரை, மருந்தும் உண்டு காயப்படுத்த ஆயுதங்களும் உண்டு. இந்தச் சந்தை ராஷ்டிரகூடத்தின் பொருளாதாரத்தின் மிக முக்கியமான இடம் வகிக்கக்கூடிய சந்தை. இங்கு ஒவ்வொரு பொருளுக்கும் தனித்தனியாகக் கட்டடங்கள் எழுப்பி, அதில் அந்தப் பொருட்களை விற்கிறார்கள். அதேபோல் இங்கு விற்கக்கூடிய பொருட்களுக்கு விலை நிர்ணயம் செய்யத் தனியாக ஒரு மாளிகை இருக்கிறது. இந்த மாளிகையில்தான் ஒவ்வொரு சிறு, குறு, பெரு வணிகர்களும் தினமும் ஆலோசித்து, பொருட்களுக்கு விலை நிர்ணயம் செய்கிறார்கள். இதன் மூலம் அனைத்து வணிகர்களிடமும் ஒற்றுமை வளர்கிறது அதனுடன் சேர்ந்து சிறு குறு வியாபாரிக்கும், பெரு வணிகர்க்கும் ஒரே மாதிரியான லாபம் கிடைக்கும். அதேபோல் பொருள்களை

உருவாக்குபவர்கள் அதற்கு விலை வைக்கவும் இந்த விலை நிர்ணயம் செய்யும் மாளிகை உதவுகிறது.

இந்தச் சந்தையைத் தாண்டித்தான் அரசாங்க அதிகாரிகள், தளபதிகள், மக்கள், மன்னன் வாழும் நகர்ப் பரப்பு இருக்கிறது. சந்தையைத் தாண்டிய உடனேயே அரசாங்க அதிகாரிகளும், தளபதிகளும் வசிக்கும் மாளிகைகள் அமைந்திருக்கின்றன. அதன்பின் பொது ஜனங்களின் வாழ்விடம் இருக்கிறது. இங்கு மக்கள் அனைவரும் வட்ட வடிவத்தில் வீடுகளைக் கட்டி அதனுள் இருக்கின்றனர். மக்களின் வசதிக்கு ஏற்ப கூரை வீடு, காரை வீடு, மச்சுவீடு, ஓட்டு வீடு என வீடுகளை அமைத்து வாழ்கிறார்கள்.

மக்களின் வாழ்விடத்தைத் தாண்டித்தான் மன்னனின் மாளிகை இருக்கிறது. இந்த மாளிகையில்தான் மன்னனின் அரசவையும், நாட்டின் கஜானாவும் இருக்கின்றன. இங்குதான் மன்னர் கிருஷ்ணன் வசிக்கிறார். இந்த மாளிகையில்தான் அரச குடும்பமும் வாழ்கிறது. இங்கிருந்துதான் ராஜாங்கத்தின் அனைத்துச் செயல்பாடுகளையும் கண்காணித்து, திட்டமிட்டு, மக்களுக்கு எது நல்லது என்று மந்திரிகளிடமும், அதிகாரிகளிடமும், மக்களைப் பாதுகாக்கும் தளபதிகளிடமும் ஆலோசனை செய்து கட்டளை இடப்படும். இந்த மாளிகையில்தான் ராஷ்டிரகூடத்தின் தர்பார் இருக்கிறது. இந்த தர்பார் மிகவும் அழகாகவும் எழிலாகவும் வடிவமைக்கப்பட்டது. இந்த மாளிகைக்குப் பின்புறம் இருக்கக்கூடிய இடத்தில்தான் ராணுவப் பயிற்சிக் கூடம் இருக்கிறது. இதுதான் இந்த மான்யகேடத்தின் நகர அமைப்பு.

3. கிருஷ்ணனின் சபை

அன்று சபை ஒரே பரபரப்பாக இருந்தது. அனைத்து மந்திரிகளும் தளபதிகளும் சபைக்கு வந்து விட்டார்கள். ராஜ்யத்தில் இருக்கக்கூடிய மக்களுக்கும் இன்று சபை கூடியது என்று பறை ஒலி எழுப்பி சொல்லப்பட்டது.

மான்யகேடத்தில் அரசவை கூடினால் மக்களுக்கும் அது தெரிவிக்கப்படும், ஏனெனில் மன்னர் முதலில் மக்களைச் சந்தித்து அவர்களின் குறைகளைக் கேட்ட பின்தான் ராஜ காரியங்களில் ஈடுபடுவார். இதன் மூலம் மக்களுக்கு என்ன தேவை என்பதை மன்னர் கிருஷ்ணன் நன்கு உணர்ந்த பின் அதற்கேற்ப அரசவையில் தீர்மானங்கள் நிறைவேற்றப்படும். மக்களும் அரசவையை நோக்கி வந்து கொண்டிருந்தனர். சபை முழுக்க ஜனம். இங்கு இருப்பவர்கள் ஒவ்வொருவருக்கும் ஒவ்வொரு புகார் இருக்கிறது. புகார் என்றால் அரசர் மீது அல்லது அரசு மீது கிடையாது, இந்தப் புகார் மிகவும் வித்தியாசமானது.

இந்தப் புகார்களுடன் மான்யகேடத்தின் மக்கள் சபையில் காத்திருந்தனர். சபைக்கு ஒவ்வொரு மந்திரிமாரும், தளபதியும் ஒருவர் பின் ஒருவராக வந்து கொண்டிருந்தனர். இவர்களின் வருகையின் போது சபையில் ஒரே 'சளசள'வென்று பேச்சுச் சத்தம். மக்கள் ஒருவர் ஒருவருடன் பேசிக் கொண்டிருந்தார்கள். வாயில் காப்பாளர் சபையின் கதவருகே இருக்கக்கூடிய பெரிய கேடயம் வடிவில் இருக்கும் ஒரு வெண்கலத் தட்டில் ஓங்கி கதாயுதம் கொண்டு அடித்தார்.

அந்த ஓசை கேட்டவுடன் சபை அமைதியாக இருந்தது. அந்த ஓசையுடன் மான்யகேடத்தின் பிரதம மந்திரி ‘அபிமன்யு’ சபையினுள் நுழைந்தார். அவர் ராஷ்டிரகூட பேரரசை நிறுவிய மன்னர் ‘தந்தி துர்கா’வுடன் நின்று போர் புரிந்தவர். போர் மட்டுமல்ல, இவருடைய மதி நுட்பமும், பேசும்போது இவர் பிரயோகம் செய்யும் சொற்களும் மிகுந்த வலு உடையதாக இருக்கும். பிரதம மந்திரி வந்தபின் அந்தச் சபையில் இருக்கும் சலசலப்பு இல்லை. சபைக்கு வந்த அனைத்து மந்திரிகளும், தளபதிகளும் பிரதம மந்திரி அபிமன்யுவிற்கு வணக்கம் செலுத்திவிட்டு அவரவர் இருக்கையில் சென்று அமர்ந்தனர்.

பிரதம மந்திரியின் வருகையைப் பார்த்த மக்கள் அவரவர் குறையைக் கூற பிரதம மந்திரியை அணுகலாமா என்று அவர்களுக்குள்ளே பேசிக்கொண்டிருந்தார்கள். மீண்டும் அந்தச் சலசலப்பு சபையில் சூழ்ந்தது. இதைப் பார்த்த பிரதம மந்திரி அபிமன்யு தொண்டையைச் செருமிக்கொண்டு, “சபைக்கு வணக்கம்” என்றார். அந்த வெண்கலத்தில் ஆயுதத்தை வைத்து அடித்த பொழுது என்ன ஒரு ஓசை வந்ததோ, அதற்கு நிகராக இருந்தது அபிமன்யுவின் குரல்! அந்தக் குரல் கேட்டவுடன் சபை மழை பெய்து ஓய்ந்த காடுபோல் அமைதியானது.

“நம் மன்னர் கிருஷ்ணன் இல்லாமல் சபை ஆரம்பிக்குமா? இது நம் பிரஜைகளுக்குத் தெரிய வேண்டாமா? ஏன் உங்களுக்குள்ளேயே பேசிக் கொண்டிருக்கிறீர்கள்? உங்களுடைய விண்ணப்பம் என்ன என்று எனக்குத் தெரியும். இன்று சபையில் நீங்கள் இதைச் சொல்வீர்கள் என்று மன்னருக்கும் தெரியும். ஆனால் மன்னர் வரும்வரை சபை காத்திருக்கத்தான் வேண்டும். மன்னர் கோவிலில் பூஜையில் இருக்கிறார், இன்னும் சற்று நேரத்தில் நம் சபைக்கு வந்துவிடுவார் அதனால் என் மக்களே அமைதியாக இருங்கள். பொறுமையாக இருங்கள். உங்களுடைய குறையை நீங்கள் மன்னரிடம் கூறுங்கள். உங்களுடைய குறைகள் நிவர்த்தி ஆனபின்தான் அரசவை ராஜ காரியங்களைப் பேசும் என்று உங்களுக்கும் தெரியும். அதனால் அனைவரும் சற்று அமைதி காக்கவும்” என்றார் அபிமன்யு. பின் திரும்பி, “யாரங்கே!” என்றார்.

இவர் குரல் கேட்டு அரசவையில் இருக்கும் ஒரு சேவகன் வேகமாக ஓடிவந்து இருகைகளைக் கட்டிக்கொண்டு, “ஐயனே வணக்கம்” என்றான்.

“நீ மதுசூதனன்தானே?” என்று அபிமன்யு அவனைக் கேட்க,

“ஆம் ஐயா” என்று பதில் கூறினான் மதுசூதனன்.

“ம்ம்... நீ ஏன் இங்கு வந்திருக்கிறாய் என்று எனக்குப் புரிகிறது” என்று குரலை அழுத்திப் பேசினார் பிரதம மந்திரி அபிமன்யு. இவர் கூறுவதைக் கேட்டுச் சிரித்துவிட்டு,

“என்ன வேண்டும் ஐயனே?” என்று கேட்டான் மதுசூதனன்.

“மதுசூதனா, வந்திருக்கும் மக்கள் அனைவருக்கும் இரண்டு தேங்காய்க் கீறலும் குடிக்க பானகமும் தரச் சொல். பின் நம் கோட்டையில் இருக்கும் பரந்தாமன் கோவிலுக்கு வந்திருக்கும் அனைத்து மக்களுக்கும் உணவு தயார் செய்யச் சொல்” என்று கட்டளையிட்டார் அபிமன்யு.

இவரின் கட்டளைக்கு இணங்க சபைக்கு வந்திருக்கும் மக்களுக்குக் கடிக்க தேங்காய்க் கீறல்களும், குடிக்க பானகமும் வழங்கப்பட்டன. மக்கள் அனைவரும் அமைதியாக அவர்களுக்கு வழங்கியதைச் சாப்பிட்டுக்கொண்டு இருந்தார்கள்.

பின் சபையில் இருக்கும் மந்திரிகளைத் தன் இருக்கை அருகே அழைத்தார் அபிமன்யு. அழைத்து, ஒவ்வொருவரிடமும் ஒரு சுருள் மடலைக் கொடுத்தார். “அந்த மடலை அரசர் வந்தபின் மக்களின் குறை கேட்டு அவர்களின் குறை நிவர்த்தி செய்தபின், சபையிலேயே படித்துப் பாருங்கள்” என்று உத்தரவிட்டார்.

இதைப்போலவே, சபையில் இருக்கும் தளபதிகளையும் அழைத்து ஒவ்வொருவரிடமும் அவர்களின் முகம் பார்த்து ஒவ்வொரு வண்ணத்தில் சுருள் மடலைக் கொடுத்தார். வண்ணங்களுக்கு என்ன அர்த்தம் என்று தளபதிகளுக்குத் தெரியும். அதனால் அமைதியாக தளபதிகள் அந்தச் சுருள் மடலை வாங்கிக்கொண்டு அபிமன்யுவின் கட்டளைக்காக நின்றுகொண்டிருந்தனர். தளபதிகளிடமும் அபிமன்யு, “மக்களின் குறை கேட்டபின், மக்கள் சபையில் இருந்து விடைபெற்ற பின், நீங்கள் இந்த மடலைப் படிக்கலாம்” என்று உத்தரவிட்டார். இந்த உத்தரவின் பெயரில் தளபதிகள் அனைவரும் அபிமன்யுவை வணங்கிவிட்டு மீண்டும் அவரவர் இருக்கைக்குச் சென்றனர்.

இங்கு இவ்வாறு நடக்க, பரந்தாமன் கோவிலில் மான்யகேடத்தின் அரசன் கிருஷ்ணன் தியான நிலை கலைந்து பரந்தாமனை நமஸ்கரித்துவிட்டு, கோவிலின் பிராகாரத்தில் நின்றுகொண்டு அண்ணாந்து சூரியனைப் பார்த்து வணங்கிக் கொண்டிருந்தார். அச்சமயம் கிருஷ்ணனின் இரண்டு செல்வங்களும் கோவிலினுள் நுழைந்தனர்.

மூத்தவன் கோவிந்தன், இளையவன் துருவன் தரவர்சன்* இருவரும் கோவிலினுள் நுழைந்து தந்தை கிருஷ்ணனின் பாதம் தொட்டு வணங்கி, ஆசி பெற்றனர்.

பின், இருவரும் சன்னிதிக்குச் சென்று சுவாமி தரிசனம் செய்துவிட்டு மீண்டும் கோவில் பிராகாரத்துக்கு வர முற்பட்ட பொழுது கிருஷ்ணனும் சன்னிதியினுள் வந்தார். வந்தவர் நேராக கோவில் அர்ச்சகரிடம் சென்று ஏதோ கூற, கோவில் அர்ச்சகர் சுவாமி பாதத்தில் இருக்கும் இரண்டு வாள்களை எடுத்துவந்து மன்னரின் அருகே நின்றார்.

கோவிந்தனையும், துருவனையும் அழைத்து பரந்தாமனுக்கு நேரெதிரே நிற்க வைத்தார் மன்னர் கிருஷ்ணன். எதற்காக நம்மை பரந்தாமன் முன் நேர் எதிர் நிற்க வைத்திருக்கிறார்கள் என்பதைப் புரிந்துகொண்ட இளவரசர்கள் இருவரும் ஒரு காலை குத்துக்கால் வைத்து இன்னொரு காலை மண்டியிட்டு பரந்தாமனைப் பார்த்துக் கொண்டிருந்தார்கள்.

இத்தருணத்தில் கோவில் அர்ச்சகர் பரந்தாமனுக்கு தீபாராதனை காட்டிவிட்டு கையில் தீபாராதனை தட்டுடன் மன்னர் கிருஷ்ணனும், இளவரசரும் இருக்கும் இடத்திற்கு வந்தார். வந்தவர் மன்னர் கிருஷ்ணனிடம் தீபாராதனை தட்டை நீட்டினார். அந்தத் தட்டில் இருந்து சந்தனத்தை எடுத்து திலகம் போல் இளவரசன் கோவிந்தனுக்கும், துருவனுக்கும் வைத்து கையில் இருக்கும் அழகிய வேலைப்பாடுகளுடன் கூடிய வாளைப் பரிசளித்தார்.

குழந்தைகள் கையில் பொம்மையைக் கொடுத்தால் அது எவ்வாறு குதூகலித்து மகிழ்ச்சியை வெளிப்படுத்துமோ, அவ்வாறு கோவிந்தனும், துருவனும் ஆனந்தப்பட்டார்கள்.

இருவரையும் கீழிருந்து மேல் எழுப்பி, இரு கை கொண்டு ஆரத்தழுவி, "என் செல்வங்களே, இருவரும் தோளோடு தோள் நின்று எச்சமயம் ஆயினும் ஒற்றுமையாக ஒருவரை ஒருவர் காத்து, அனுசரித்து, பெருமைப்படுத்தி, நம் நாட்டையும் நாட்டு மக்களையும் காக்க வேண்டும்" என்று உச்சி முகர்ந்தார். பின் கோவிந்தனிடம் இருந்து வாளை வாங்கி உறையிலிருந்து எடுத்துப் பார்த்தார். இந்த வாளைப் பார்த்தபின் கோவிந்தனுக்கும், துருவனுக்கும் மிகவும் ஆச்சரியமாக இருந்தது. ஏனெனில் இந்த வாள் ஒரு பிரம்பு மாதிரி இருந்தது, ஆனால் அந்த உருண்டைப் பிழம்பு முழுக்க

---

* இவனைக் கதையின் போக்கில் துருவன் என்று அழைத்துக் கொள்வோம்.

சாணம் பிடிக்கப்பட்டு மிகவும் கூராக இருந்தது. அத்துடன் இது வளையும் தன்மையிலும் இருந்தது.

இதைப் பார்த்துவிட்டு துருவன், "தந்தையே, இது என்ன ஒரு வித்தியாசமான வாளாக இருக்கிறதே?" என்று கிருஷ்ணனிடம் கேட்டான்.

"ஆமாடா, இது ஒரு வித்தியாசமான வாள்தான். இது வளையவும் செய்யும், வளைந்து எதிரியைத் தாக்கவும் செய்யும்" என்றார் கிருஷ்ணன்.

"இப்படி ஒரு வாளைச் செய்யவேண்டும் என்று எவ்வாறு எண்ணம் தோன்றியது தந்தையே?" என்று துருவன் கேட்க, கிருஷ்ணன் மீண்டும் பேச ஆரம்பித்தார். "நம்மிடம் இருக்கும் வாள்கள் எல்லாம் மிகவும் உறுதியாகவும் வலுவாகவும் உள்ளதாகவே இருக்கின்றன. இது சில நேரங்களில் எதிரியின் வாள்வீச்சின் போதும், வாளோடு வாள் மோதும் பொழுதும் உடைந்து விடுகிறது. அந்தச் சமயத்தில் நம் வீரர்கள் குறுவாள் கொண்டு சண்டையிடுவது போல் ஆகிறது.

அதனால் அதை ஈடுகட்ட நம் வீரர்களுக்கு இவ்வாறான ஒரு வாளைத் தர வேண்டும் என்று யோசித்து, நம் போராயுதங்கள் செய்யும் தலைமைக் கொல்லரிடம் பேசி வடிவமைத்தேன். இது முதலில் உங்கள் இருவருக்கும் தரப்பட்டிருக்கிறது. இதை நீங்கள் சோதித்துப் பார்த்துவிட்டு, உங்களுடைய கருத்துகளைச் சொல்லுங்கள், பின்பு இதை நம் படையினருக்கும் தருவோம். இந்த வாளில் இன்னொரு அம்சமும் இருக்கிறது" என்று கூறி துருவனிடமிருந்து வாளை வாங்கி உறையிலிருந்து எடுத்து வாளின் கைப்பிடி மேல் இருக்கக்கூடிய ஒரு பொத்தானை அழுத்தினார் கிருஷ்ணன்.

பொத்தானை அழுத்திய நொடி மட்டுமே அனைவருக்கும் தெரிந்தது, அந்த நொடிப்பொழுது இந்த பிரம்பு போல் இருக்கும் இந்த வாளின் நடுவிலிருந்து ஒரு சங்கிலி வெளியே கிளம்பியது. அந்தச் சங்கிலியின் முன்புறத்தில் ஒரு சிறிய எலுமிச்சைப் பழம் அளவிற்கு உருண்டை இருந்தது. அதன் மீது முட்கள் போல் ஆணிகள் ஒட்ட வைக்கப்பட்டிருந்தன. இதைப் பார்த்தவுடன் கோவிந்தன் மிகவும் மகிழ்ச்சி அடைந்தான். "அடடே, சுற்றி நின்று இருக்கக்கூடிய அனைத்து எதிரிப் படையினரையுமே இந்தச் சங்கிலியை வைத்துச் சுழற்றி, பதம் பார்க்க முடியுமே! இந்தச் சங்கிலியின் முன் இருக்கக்கூடிய உருண்டையின் மேல் வைத்திருக்கக் கூடிய அந்த ஆணிகள் அவர்களைக் காயப்படுத்தி வலுவிழக்கச் செய்யும்."

“ஓ… அடடா, என்ன ஒரு யோசனை தந்தையே! நீங்கள் கொடுத்த பரிசு வாள் மிகவும் நேர்த்தியாக இருக்கிறதே…” என்று குதூகலித்து தந்தையை ஓடிச்சென்று ஆரத்தழுவிக் கொண்டான்.

“ஆனால் இந்த வாளினால் எதிரியைத் தாக்கும் பொழுது நமக்கும் காயம் ஏற்படும் அல்லவா? ஏனெனில் இந்த வாள் பிரம்பு போல் வளைகிறதே… இப்படி வளைந்தால் நமக்கும்தானே காயம் ஏற்படும்” என்று கோவிந்தன் கேட்க, கிருஷ்ணன் அதற்கும் பதில் வைத்திருந்தார்.

“ஆம் கோவிந்தா! நமக்கும் அடிபடத்தான் செய்யும்!” என்று கூறி, அவர் மேல் இருக்கும் அங்கவஸ்திரத்தை நகர்த்தி அவருடைய இடது தோள்பட்டையில் இருக்கக்கூடிய காயத்தைக் காட்டினார்.

“என்ன தந்தையே இது! இவ்வளவு ஆழமாகக் காயம் பட்டிருக்கிறது” என்று துருவன் துடித்தான். “ஆம் துருவா, உங்களுக்கு இந்த வாளைப் பரிசளிக்கும் முன், நானும் நம் பிரதம மந்திரி அபிமன்யுவும் இதைப் பிரயோகம் செய்து பார்த்தோம். அச்சமயம் இந்த வாள் வளைந்து என் தோளில் பட்டது.

உடனே இதைக் கருத்தில் கொண்டு, இந்த வாளை வைத்து சண்டை வீரர்களுக்கு உடம்பில் காயம் ஏற்படாமல் தடுக்க ஒரு கவசம் தேவை என்பதை உணர்ந்து, கவசங்களைச் செய்யச்சொல்லி, நம் போர் ஆயுதம் செய்யும் பட்டறையில் தயாராக வைத்திருக்கிறோம். இந்தக் கவசங்கள் முற்றிலும் தோல் மற்றும் இரும்பு கொண்டு செய்யப்பட்டிருக்கின்றன. அதனால் எப்பேர்ப்பட்ட ஆயுதம் தாக்கிக் காயம் ஏற்படும் வாய்ப்பு குறைவாகவே இருக்கும். இந்த வாள் வளைந்து நம் உடம்பில் பட்டால் கூட காயம் ஏற்படாது.”

“இது ஒரு இரண்டாம் வாள்தானே நாம் பிரயோகம் செய்யப் போகிறோம். அப்பொழுது எதற்காக இந்தக் கவசம்?” என்று கோவிந்தன் கேட்க,

“இல்லையடா மகனே! இரண்டாவது வாளாக இதைப் பிரயோகம் செய்தாலும் நமக்கும் நம் வீரருக்கும் அரண் மிகவும் முக்கியம் அல்லவா? அதற்காகவே இந்தக் கவச உடை.

நம் படைகளில் உங்கள் இருவருக்குக் கீழ் போர் புரியக்கூடிய போர் வீரர்களுக்கு மட்டுமே இந்தப் பிரம்பு வாளைத் தரப் போகிறோம். இவர்கள் ஏற்கெனவே வேகமாகச்

செயல்படக்கூடிய போர் வீரர்களாகத்தான் இருக்கிறார்கள், இவர்கள் கையில் இப்படி ஒரு வாள் இருந்தால் போர்க்களத்தில் முன்னேறிச் செல்ல எளிதாக இருக்கும் என்று யோசிக்கிறேன்."

"ஏன் யோசனை தந்தையே? நீங்கள் எடுத்த முடிவு சரிதான்" என்று ஒருசேர துருவனும் கோவிந்தனும் கூறினார்கள்.

"சரி, அப்பொழுது அப்படியே நாம் செய்வோம். தற்சமயம் நமக்காக சபையில் மக்கள் அனைவரும் கூடி இருக்கிறார்கள், அதேபோல் நம் ராஜ காரியங்களைச் சரிவர செய்துகொண்டு இருக்கக்கூடிய அமைச்சர்கள், மந்திரிமார்கள், வீரத்தளபதிகள் அனைவரும் சபையில் கூடியிருக்கிறார்கள். நான் சபைக்கு அப்படியே நடந்து வந்து விடுகிறேன். நீங்கள் இருவரும் முதலில் நம் போர் ஆயுதங்கள் செய்யும் பட்டறைக்குச் சென்று அந்தக் கவச உடையை அணிந்து உங்கள் உடலுக்கு அது பொருத்தமாக இருக்கிறதா என்று பார்த்துவிட்டு வாருங்கள்" என்று கூறி பரந்தாமனைப் பார்த்துச் சேவித்துவிட்டு, கோவிலில் இருந்து கிளம்பினார் கிருஷ்ணன்.

இவர் கிளம்பிய மறுநொடியே கோவிந்தனும் துருவனும் மிகவும் மகிழ்ச்சியாக அந்த வாளை இடுப்பில் சொருகிக்கொண்டு, ஓடிச்சென்று குதிரையின் பின்னங்காலில் கையூன்றித் தாவி குதிரையில் ஏறி ஆயுதங்கள் செய்யும் பட்டறையை நோக்கி வேகமாகக் குதிரையைச் செலுத்தினர். இதைப் பார்க்கையில் ஏதோ குதிரைப் பந்தயத்தைப் பார்ப்பது போல் இருந்தது. இளவரசர்கள் இருவரும் குதிரையில் செல்வதைப் பார்த்து மகிழ்ந்தார் கிருஷ்ணன்.

கிருஷ்ணன் அந்தக் கோவிலிலிருந்து வெளியே நடந்து வரும்போது வழிநெடுகிலும் மக்கள் அவரைப் பார்த்து வணங்கினர். வயல்களில் வேலை, காலை நீராகாரம் அருந்திக்கொண்டிருந்தனர். அதைப் பார்த்துவிட்டு கிருஷ்ணன் அவர்களிடம் சென்று அமர்ந்து, "வயலில் போகம் எவ்வாறு இருக்கிறது, உங்களுக்குத் தேவையான வகையில் எல்லாம் கிடைக்கிறதா?" என்று விசாரித்தார். "உங்கள் வீட்டில் இருக்கக்கூடிய பசுக்கள் எவ்வளவு? எருமைகள் எவ்வளவு? எருதுகள் எவ்வளவு?" என்று எண்ணிக்கையைக் கேட்டார்.

அந்த விவசாயி, "மகாராஜா, எங்களிடம் இரண்டு பசுக்களும் ஒரு எருதும் இருக்கின்றன, அவ்வளவுதான்" என்றான்.

"அப்பொழுது சாணத்திற்கு என்ன செய்கிறீர்கள்?" என்று கேட்டார் அரசர்.

“சாணத்தை நெல் கொடுத்து வாங்கி வந்து வயல் வெளியில் அடிக்கிறோம் மன்னா!” என்று மெலிந்த குரலில் சொன்னார் அந்த விவசாயி.

“சரி, உங்களுக்கு இந்த அரசவைக் கூட்டத்திற்கு வரவேண்டும் என்று தோன்றவில்லையா? உங்களுக்கு ஏதேனும் தேவைப்படுகிறதா?” என்று மன்னர் கிருஷ்ணன் கேட்க, “இல்லை மன்னா, நாங்கள் மகிழ்ச்சியாகவும் நிறைவாகவும் இருக்கிறோம்” என்று அந்த விவசாயியும் மற்றவர்களும் கூற,

“சரி, எனக்குப் பசிக்கிறது, இந்த நீராகாரத்தை எனக்கும் தருகிறீர்களா?” என்று கிருஷ்ணன் கேட்டு, அதை வாங்கிப் பருகிவிட்டு மீண்டும் அந்த இடத்திலிருந்து நடக்க ஆரம்பித்தார்.

இந்தச் சமயத்தில் துருவனும் கோவிந்தனும் காற்றின் வேகத்தில் போர் ஆயுதங்கள் செய்யும் பட்டறையைச் சென்றடைந்து, தலைமைக் கொல்லரிடம் வந்த விஷயத்தைக் கூறினார்கள். இவர்கள் வந்த விஷயத்தைக் கேட்டுக்கொண்டு தலைமைக் கொல்லர் இருவரையும் நேராக ஒரு ரகசியப் பாதை வழியே வேறொரு அறைக்குக் கூட்டிச் சென்றார். அங்கு விதவிதமாக கவச உடை செய்து வைக்கப்பட்டு இருந்தன. அரசருக்கு, இளவரசருக்கு, தளபதிக்கு, பிரதம மந்திரி, உபதளபதிகளுக்கு, போர்வீரர்களுக்கு என்று கவச உடைகள் பிரித்து வைக்கப்பட்டு இருந்தன.

இதைப் பார்த்த பின், கோவிந்தன் துருவனிடம், “இதைப் போன்ற உடைகளை அணிந்துகொண்டு போருக்குச் சென்றால் வெற்றி கண்டிப்பாக மான்யகேடத்திற்கே கிட்டும். ஏனெனில் நம் வீரர்களுக்குக் காயம் ஏற்படாது அல்லவா?” என்று கூறி கலகலவென்று சிரித்தான்.

“நீ சொல்வதும் சரிதாண்டா கோவிந்தா!” என்று தோளில் தட்டிக்கொடுத்து துருவன் அதை ஆமோதித்தான். இவ்வாறு பேசிவிட்டு இருவரும் இளவரசருக்கு உரிய கவச உடையை எடுத்து உடுத்தி வாள் வீசிப் பார்த்தனர்.

அப்பொழுது துருவன் கையில் சாதாரண வாளும் கோவிந்தன் கையில் இந்தப் பிரம்பு வாளும் இருந்தன. சாதாரண வாள் கொண்டு துருவன் கோவிந்தனைத் தாக்க, பிரம்பு வாளால் துருவனைத் தடுத்தான் கோவிந்தன். அச்சமயம் பிரம்பு வாளின் முனை வளைந்து கோவிந்தனின் வலது தோள்பட்டையில் அடித்தது. அப்பொழுது அவனுக்கு அடித்த வேகம் கூட உடலில் தெரியவில்லை. பின்பு இருவரும் வாள்களை மாற்றிக்

கொண்டனர். இப்பொழுது கோவிந்தன் வலு கொண்டு வாள் வீச அதைப் பிரம்பு வாள் கொண்டு தடுத்தான் துருவன். அச்சமயம் பிரம்பு வாள் வளைந்து துருவனின் இருதயம் இருக்கும் இடது மார்புப் பகுதியில் வாள் வேகமாக அடித்தது.

அது மார்புப் பகுதி என்பதால் துருவனுக்கு அடி விழுந்த விறுவிறுப்பு மட்டும் இருந்தது. பின்பு வேறு ஏதும் காயம் ஏற்படவில்லை.

இருவரும் இந்தக் கவச உடை அணிந்து சண்டையிட்டு அதில் பெருமகிழ்ச்சி அடைந்து, உடையைக் கழற்றி கவச உடை இருந்த அறையில் வைத்துவிட்டு, தலைமைக் கொல்லரிடம் நன்றி சொல்லி விடைபெற்று சபையை நோக்கி வந்தனர்.

கோவிந்தனும் துருவனும் மன்னர் கிருஷ்ணன் சபைக்கு வருவதற்கு முன்பே வந்துவிட்டார்கள். இவர்கள் வரும்பொழுது இளவரசர்கள் வருகிறார்கள் என்று அந்தக் கேடயத்தில் கதாயுதம் கொண்டு இரண்டு முறை ஓங்கி அடித்துக் கூறினார் சபையின் வாயில் காப்பாளர். இவர்கள் வரவும், பிரதம மந்திரி அபிமன்யு அவர் இருக்கையில் இருந்து இறங்கி வந்து இருவரையும் அழைத்துச் சென்றார். சபையில் இருக்கும் மக்கள் அனைவரும் 'இளவரசர்கள் வாழ்க' என்று ஆனந்த கோஷமிட்டனர்.

தளபதிகளும், அமைச்சர் பெருமக்களும் தத்தம் இருக்கையிலிருந்து எழுந்து நின்று இளவரசர்களுக்கு வணக்கம் தெரிவித்தனர். இளவரசர்களும் அனைவருக்கும் வணக்கம் செலுத்தி தலையைக் கீழ் அசைத்து அவர்களுடைய இருக்கையை நோக்கி நடந்து சென்றனர்.

இளவரசர்கள் அவர்களுடைய இருக்கைக்குச் சென்று சபையைப் பார்த்து வணக்கம் கூறிவிட்டு இருக்கையில் அமர்ந்தனர். பின்பு மீண்டும் சபை அதன் இயல்பில் இயங்க ஆரம்பித்தது. மக்கள் அனைவரும் ஏதோ அவர்களுக்குள் பேசிக் கொண்டிருந்தனர்.

இவ்வாறு இந்தச் சபை மன்னருக்காகக் காத்துக் கொண்டிருந்த சமயத்தில், ஒரு குதிரைவீரன் வேகமாக வந்து, "மன்னர் சபையை நெருங்கி விட்டார்" என்று கூறிவிட்டு சபையினுள் நுழைந்தான். அவனைக் கண்டவுடன் கோவிந்தன் அவன் இருக்கையில் இருந்து இறங்கி வேகமாக வந்த மனிதனை நோக்கி நகர்ந்து அவனைத் தழுவிக்கொண்டு, "நண்பா! துர்க ராஜா, எவ்வாறு இருக்கிறாய்? பல நாட்கள் ஆகிவிட்டது உன்னைச் சந்தித்து. நம் நாட்டின் நீர் வழித்தடத்தையும், நீர் வழித்தடத்தைச் சுற்றி

இருக்கக்கூடிய நிலங்களையும் பாதுகாக்கும் அமைச்சரான பின் உன்னை இன்றுதான் அரசவையில் பார்க்கிறேன். மிக்க மகிழ்ச்சி. எவ்வாறு இருக்கிறது நம் நீர் வழித்தடமும், அதைச் சுற்றி இருக்கக்கூடிய பகுதிகளும்?" என்று கோவிந்தன் கேட்டான்.

"நண்பா! நீ இளவரசன் ஆயினும் இன்னும் ஒரு சிறுவன் போல என்னைப் பார்த்து மகிழ்ச்சி அடைந்து குதூகலிக்கிறாயடா!" என்று துர்க ராஜன் கூறிவிட்டு,

"நீர் வழித்தடமும் நன்றாக இருக்கிறது, அதைச் சுற்றி இருக்கக்கூடிய பகுதிகளும் நமக்கு அரணாக இருக்கிறது. எதற்கும் கவலைப்பட வேண்டாம். நாடும் நாட்டின் அரணும் நீர் வழியைக் கொண்டே இருப்பதனால் அதைக் கண்ணும் கருத்துமாகக் கவனித்து வந்து கொண்டிருக்கிறோம். நீர்வளத்தை நம்பிக்கொண்டிருக்கும் வணிகர்களும் மகிழ்வுற்று இருக்கின்றனர். அதேபோல் நீர்வளத்தைச் சுற்றியுள்ள மக்களும் மகிழ்ச்சியாக இருக்கிறார்கள்" என்று கூறிவிட்டு கோவிந்தனையும் ஆரத் தழுவிக்கொண்டு, அவனிடம் இருந்து விடைபெற்று நேராக பிரதம மந்திரி அபிமன்யுவைப் பார்க்கச் சென்றான்.

அபிமன்யுவைப் பார்த்துவிட்டு சாஷ்டாங்கமாகத் தரையில் விழுந்து நமஸ்காரம் செய்து, அவன் இடுப்பில் இருக்கும் பல வண்ணங்கள் நிறைந்த ஒரு துணியால் ஆன மடலை எடுத்து அபிமன்யுவிடம் தந்தான். அதை வாங்கி வாசித்துவிட்டு, அனைத்து மந்திரிகளையும், அமைச்சர்களையும், தளபதிகளையும் பார்த்தார் பிரதம மந்திரி அபிமன்யு. பின் இளவரசன் துருவனையும் சென்று பார்த்துவிட்டு நமஸ்கரித்து விட்டு அவனுடைய இருக்கைக்குச் சென்று அமர்ந்தான் துர்க ராஜன்.

மன்னர் சபையை நெருங்க நெருங்க அந்த வெண்கலத்தால் ஆன கேடயத்தில் கதாயுதம் கொண்டு மூன்று முறை 'டங்கு டங்கு டங்கு' என அடித்து அவரது வருகை தெரிவிக்கப்பட்டது.

மன்னர் சபையின் வாசலை நெருங்கும் பொழுது மன்னரின் விருதுப் பெயர்களான "அகலவர்ஷா, சுபதுங்கா, பிரீத்தி வல்லபா, ஸ்ரீவல்லபா! ராஷ்டிரகூடத்தின் மன்னர்! நம் மான்யகேடத்தின் தலைவரும் அரசருமான மாமன்னர் கிருஷ்ணன் சபைக்கு வருகிறார், பராக்! பராக்! பராக்!" என்று அரசவையில் காப்பான் ஒருவன் கூற, மன்னர் சபையினுள் நுழைந்தார்.

மன்னர் சபையில் உள்நுழைந்து மக்கள் அனைவரும் நின்று இருக்கக்கூடிய இடத்தை அண்ணாந்து பார்த்து வணக்கம் தெரிவித்தார். மன்னருக்கு இந்தச் சபை நிறைந்து இருப்பதைப் பார்த்து மகிழ்ச்சியாக இருந்தது. அந்த ஆனந்தத்தை அவருடைய முகத்தில் காட்டினார். மக்களின் குறை என்ன என்று மன்னனுக்குத் தெரிந்திருந்ததால், 'இவ்வளவு மக்கள் சபைக்கு வந்து இருக்கிறார்களே, என்ன குறை சொல்வார்களோ' என்ற கலக்கம் இல்லாமல் சபைக்குள் ஆனந்தமாக நகர ஆரம்பித்தார்.

சபையில் நடக்க வலது இடது புறமாக தளபதிகளும் மந்திரிகளும் அமைச்சர்களும் எழுந்துநின்று மன்னருக்கு வணக்கம் தெரிவித்தனர். இளவரசர்கள் இருவரும் அவர்களுடைய இருக்கையிலிருந்து எழுந்து வந்து மன்னரும் அவர்களின் தந்தையுமான கிருஷ்ணனை வரவேற்றனர். பிரதம மந்திரி அபிமன்யு கேடயத்தில் மூன்று அடி அடித்தவுடன் சபையின் வாயிலுக்குச் சென்றவர், மன்னரை அழைத்துக் கொண்டு அவருடன் சேர்ந்து வந்துகொண்டிருந்தார்.

மன்னரின் சிம்மாசனம் ஐந்து படிகள் ஏறி அமரக்கூடிய வகையில் இருந்தது. அவர் அங்கு அமர்ந்து சுற்றிப் பார்த்தால் கீழ்தளத்தில் இருக்கும் அனைவரையும் பார்க்க முடியும். அதே போல் மேல் தளத்தில் இருப்பவரையும் பார்க்க முடியும். அதற்கு மேல் இரண்டாவது தளத்தில் உப்பரிகையில் நின்று பார்க்கக்கூடியவர்களையும் இவரால் காணமுடியும். அந்த வகையில் ஐந்து படி கொண்ட ஒரு மேடையில் சிங்காசனம் அமைக்கப்பட்டிருக்கிறது. ஐந்து படிகளையும் ஏறி அவர் அவருடைய சிங்காசனத்தில் அமர்ந்தபின் சபையில் அனைவரும் தத்தம் இருக்கையில் அமர்ந்தனர்.

அமர்ந்தபின், மன்னர் எழுந்து சபையோருக்கு மீண்டும் ஒரு வணக்கம் செலுத்திவிட்டு மக்களை நோக்கி, "நீங்கள் நம் மான்யகேடத்தின் நான்கு திசைகளிலிருந்தும் வந்து இருக்கிறீர்கள் என்று எங்களுக்குத் தெரியும். திசைக்கு ஒருவர் என்ற வகையில் மக்களிலிருந்து ஒவ்வொரு பிரதிநிதி வந்து உங்களுடைய குறைகளைச் சொல்லுங்கள்" என்று கூற, மக்கள் கூட்டத்திலிருந்து ஒரே ஒருவன் மட்டும் வந்து மன்னரையும், சபையோரையும் வணங்கி மக்களின் குறைகளைக் கூற ஆரம்பித்தான்.

"மன்னா! என் பெயர் திருவிக்ரமன். நான் நம் நகரத்திற்கு அருகில் இருக்கும் கிராமத்தில் இருப்பவன். இந்த நாட்டில் எங்களுக்கு எவ்வித அச்சமோ, குறையோ இல்லை. ஆனால் சில நாட்களாக எங்களுக்கு ஒருவித கலக்கம் வந்திருக்கிறது."

“என்ன கலக்கம் திருவிக்ரமா?” என்று கிருஷ்ணன் கேட்க,

“மன்னா! இன்னும் நகரத்திற்கும் நகரத்தைச் சுற்றி இருக்கக்கூடிய கிராமங்களுக்கும் பாதுகாப்பு என்பது மிகவும் வலுவாக இருக்கிறது. இதனால் எதிரிகளால் எவ்விதப் பிரச்சினையும் இல்லை. நம்மைத் தொந்தரவு செய்து கொண்டிருந்த பதாமி சாளுக்கியர்களையும், கல்யாணி சாளுக்கியர்களையும், கங்க மன்னன் ஸ்ரீபுருஷனையும் வென்று நம் மான்யகேடத்திற்கு எவ்விதத்திலும் தொந்தரவு வராது போல் செய்து விட்டீர்கள். இதனால் மக்கள் யாவரும் மகிழ்ச்சியாக இருக்கிறோம். ஆனால் தற்சமயம் வேறு ஒரு இன்னல் நம் நாட்டிற்கு வந்துவிட்டது, கிராமங்களைத் தாக்குகிறது. ஏன் மதில் கொண்ட இந்த நகரத்துக்குள்ளும் அந்த இன்னல் இருக்கிறது.”

“திருவிக்ரமா, போதும் பீடிகை! என்ன விஷயம் என்பதை நேரடியாகக் கூறுங்கள்” என்று ஒரு அதட்டலான தொனியில் மன்னர் கிருஷ்ணன் கேட்க, திருவிக்ரமன் மீண்டும் பேச ஆரம்பித்தான்.

“மன்னா! ஓரிரு வாரங்களாக நாட்டில் உள்ள பல கிராமங்களுக்கும், இந்த நகரத்திற்குள்ளும் நிறைய வனவிலங்குகள் வருகின்றன. நம் நாடும் நகரமும் அடர்ந்த வனப்பகுதியைச் சூழ்ந்து இருப்பதால், கரடி, சிறுத்தை, புலி, யானைகள் என வெவ்வேறு வனவிலங்குகள் நம் மக்களையும் வயல் வெளிகளையும் நாசம் செய்து விடுகின்றன. அதனால் அவற்றைப் பிடிக்க வேண்டும். புலியையும் சிறுத்தையையும் விரட்ட அதனுடன் சண்டையிட்டு மாண்டவர் பலர். அவர்கள் இறந்த இடத்தில் அவர்களுக்கென்று விளக்கேற்றி வழிபட்டு வந்து கொண்டிருக்கிறோம். அவர்களுடைய குடும்பத்திற்கு கிராம நிர்வாகம் சார்பாக நிவாரணங்கள் வழங்கியுள்ளோம். அதைப் பற்றிய தகவல்கள் இந்த மடலில் இருக்கின்றன” என்று ஒரு சுருள் மடலை மன்னருக்குக் கொடுக்கச் சொல்லி சபையில் இருக்கக்கூடிய ஒரு வீரனிடம் கொடுத்தான்.

அந்த மடலை வாங்கிப் பார்த்துவிட்டு மன்னர், “சபாஷ்! நீங்கள் உங்கள் கிராமசபை மூலமாகச் செய்த காரியம் மகத்தானது” என்று கூறினார்.

“மன்னா! இந்த வன விலங்குகளைப் பிடிக்க மற்றும் விரட்ட எங்களுக்கு உங்கள் உதவி தேவை. இதை நிவர்த்தி செய்து கொடுத்தீர்கள் என்றால், நாங்கள் இன்னும் மகிழ்ச்சியாகவும் அமைதியாகவும் ராஷ்டிரகூட ராஜ்யத்தில் இன்புற்று இருப்போம்” என்று கூறி குனிந்து வணக்கம் தெரிவித்தான் திருவிக்ரமன்.

இதைக் கேட்ட மன்னர் கிருஷ்ணன், அவருடைய சிங்காசனத்தில் இருந்து எழுந்து, "நாட்டைக் காக்க இறந்துபோன வீரர்களுக்கு மட்டுமே நம் நாட்டில் நாம் நடுகல் எடுத்து வந்து கொண்டிருக்கிறோம். புலியிடமிருந்து மக்களைக் காப்பதும் நாட்டைக் காப்பதற்குச் சமம்தான். அதனால் இவர்களுக்கும் நாம் எடுக்க வேண்டும். இப்பொழுது இன்னும் மான்யகேடத்திற்குள்ளும் நகரத்திற்கு வெளியே இருக்கக்கூடிய கிராமங்களிலும் மக்களைக் காப்பாற்றுவதற்காக, புலியைக் கொல்ல முயன்று இறந்த வீரர்களுக்கு நடுகல் எடுக்கப்படும். இறந்த வீரர்களின் குடும்பத்திற்கு நம் ராஜ்யத்தின் சார்பாக விவசாய பூமிகள் வழங்கப்படும்" என்று ஆணையிட்டார்.

பின் நகரத்துக்குள்ளும் கிராமங்களுக்கும் வரக்கூடிய கரடியை மீண்டும் காட்டினுள்ளே விரட்டுவதற்கு காலாட்படைத் தளபதி பாலராஜனிடம், "உங்கள் படையில் அதிவேகமாக ஓடி செயல்படக்கூடிய நூறு வீரர்களை நம் நகரத்திற்கு வெளியே இருக்கக்கூடிய கிராமத்திற்கு ரோந்துப் பணிக்கு அனுப்பி வையுங்கள். இவர்களுடன் நூறு குதிரை வீரர்களும் செல்ல வேண்டும். ஒரு காலாட்படை வீரன், ஒரு குதிரைவீரன் என்ற வகையில் இருவரும் ஒருவருக்கொருவர் உறுதுணையாக நின்று வனவிலங்குகளை விரட்ட வேண்டும்" என்று கூறி, குதிரைப் படைத்தளபதி சதாகனியை அழைத்து, "குதிரைப்படை வீரர்களைத் தயாராக இருக்கச் சொல்" என்று கட்டளையிட்டார்.

"பிரதம மந்திரி அபிமன்யு அவர்களே, நம் நாட்டில் வேடர்கள் அதிகம் அல்லவா. அனைத்து வேடர்களையும் அரசாங்க ஊழியர்களாக நியமித்து விடுங்கள். மாதத்திற்கு பத்துக் கழஞ்சு பொன் ஊதியமாக அறிவியுங்கள். இவர்களுடைய வேலை கிராமங்களிலும் நகரங்களிலும் வரக்கூடிய சிறுத்தை, புலி, யானைகளை இவர்கள் பிடித்து நம் ராணுவப் பயிற்சி முகாமிற்குக் கொண்டுவந்து தரவேண்டும். நம் ராணுவ வீரர்கள் சிறுத்தை போல் வேகமாகவும் புலியைப் போல் பாயக்கூடிய விதமாகத்தான் இருக்கிறார்கள். இருந்தும் அவர்களுக்கு இன்னும் வேகமும் வெறியும் கூட்ட நமக்கு இந்த சிறுத்தையும் புலியும் பயன்படும். நம் வீரர்களை சிரத்தையுடனும் புலியுடன் சண்டையிட வைத்து அவர்களுடைய வேகத்தை விவேகத்துடன் சேர்க்க வைத்து சிந்தனை சிதறாமல் சண்டையிடுவது எப்படி என்று கற்றுக்கொள்ள இது ஒரு நல் வாய்ப்பாக இருக்கும். அதனால் வேடர்கள் பிடித்து வரக்கூடிய சிறுத்தையையும் புலியையும் ராணுவப் பயிற்சி முகாமிற்கு அருகில் விலங்குக்

கூண்டு அமைத்து, இந்த விலங்குகளை அங்கு அடைத்து வையுங்கள். அதற்கு உயிருடன் ஆடு அல்லது அடி மாடாக வைத்திருக்கக்கூடிய மாடுகளை உணவாகக் கொடுங்கள். ஏனெனில் இவைகள் ரத்த வாடையுடன் வாழக்கூடிய மிருகங்கள் அல்லவா?" என்று மன்னர் கிருஷ்ணன் கூறினார்.

இதைக் கேட்ட அபிமன்யு, "அப்படியே செய்கிறேன் மன்னா!" என்றார். இவ்வாறு சொல்லிவிட்டு அபிமன்யு பேச ஆரம்பித்தார்.

"மன்னா, எனக்கு ஒரு சந்தேகம், சிறுத்தையையும் புலியையும் கூண்டில் அடைத்து வைக்கச் சொல்லிவிட்டீர்கள். வீரர்களுடன் சண்டையிட இது உதவும் என்றும் சொல்லிவிட்டீர்கள். அப்பொழுது வேடர்கள் பிடித்து வரக்கூடிய யானையை என்ன செய்வது, அதை எங்கு கொண்டு கட்டுவது?"

"பிரதம மந்திரி அவர்களே, நான் இதையுமே நம் ராணுவப் பயிற்சி முகாமிற்கு அல்லவா கொண்டுவரச் சொன்னேன். நம்மிடம் இருக்கும் யானைப்படை போதிய அளவில் இல்லை அல்லவா? அதனால் வேடர்கள் பிடித்து வரக்கூடிய யானைகளை, நம் யானைப் படையுடன் சேர்த்துத் தயார் செய்து நம் யானைப் படையில் யானைகளின் எண்ணிக்கையை அதிகப்படுத்துவோம்."

"அதுவும் சரியான யோசனைதான், நம்நாட்டு யானைப் படை சாளுக்கியர்களுடன் நடந்த போரிலும், கங்கர்களுடன் நடந்த போரிலும் சண்டையிட்டு யானைகளின் எண்ணிக்கை குறைந்துவிட்டது. நீங்கள் சொல்வதுபோல் யானைகளைப் பிடித்து வந்து பழக்கப்படுத்தினால் யானைப்படை இன்னும் வலுவாகும். மிக நல்ல யோசனை" என்று பிரதம மந்திரி கூற, சபையில் இருக்கும் அனைவரும் இதை ஆமோதித்தனர்.

இதைக்கேட்ட திருவிக்ரமனுக்கு மிகுந்த மகிழ்ச்சி. அந்த மகிழ்ச்சியுடனேயே சபைக்கு நன்றி சொல்லி அந்த இடத்தில் இருந்து விலகி மக்கள் இருக்கும் இடத்திற்குச் சென்றான். அவன் சென்றபின், மன்னர் மீண்டும் பேச ஆரம்பித்தார்.

"சபையோர்களே, இங்கு இருக்கும் பொது ஜனங்களே, இன்று நான் பரந்தாமன் கோவிலுக்குச் சென்றுவிட்டு வரும் வழியில் ஒரு சில மக்களைச் சந்தித்துப் பேசக்கூடிய சந்தர்ப்பம் கிடைத்தது. அப்படிப் பேசும்போது எனக்கு ஒரு விஷயம் தெரியவந்தது. என்னவென்றால் விவசாயத்திற்குத் தேவையான உரமாக இருக்கக்கூடிய சாணம் மக்களிடையே தட்டுப்பாடாக

இருக்கிறது. அதைப் பெறுவதற்கு நெல்மணிகளைக் கொடுத்து பண்டமாற்று முறையில் சாணத்தை வாங்கி வயல்களுக்கு அடிக்கிறார்கள். இதனை சீர் செய்ய வேண்டும் என்று நான் நினைக்கிறேன். பசுமைத் துறையின் அமைச்சராக இருக்கக்கூடிய இந்திரன், இதற்கு என்ன செய்யலாம் என்று சொல்லுங்கள்" என்று மன்னர் கேட்டார்.

மன்னரின் கேள்விக்கு இந்திரன், "மக்களிடையே கால்நடை வளர்த்தலில் ஏற்றத்தாழ்வு இருக்கிறது. கால்நடைகளை அதிகம் வைத்திருக்கக்கூடிய நிலக்கிழார்களிடமிருந்தும், சுற்றுவட்டாரத்தில் நம் நாட்டில் நடக்கக்கூடிய கால்நடை சந்தைகளிலிருந்தும் கால்நடைகளை அரசு மொத்தமாக வாங்கி, வீட்டுக்கு நான்கு ஆடு, நான்கு கிடா, பத்துப் பசு, பன்னிரண்டு எருது, ஐந்து எருமை, மூன்று எருமைக் கிடாய் மற்றும் இரண்டு குதிரை என்று பிரித்துக் கொடுத்தால், இந்த சாணத் தட்டுப்பாட்டைச் சரிசெய்யலாம் மன்னா. இதற்கு உண்டாகும் செலவினங்களுக்கு, நாம் எதிரி நாட்டை வெற்றிகொண்டு, நாம் அங்கிருந்து எடுத்து வரும் செல்வங்கள் போதுமானதாக இருக்கும். இதற்குண்டான வரையறை இந்த மடலில் இருக்கிறது, உங்களுடைய ஒப்புதலும் இலட்சினை அச்சும் தேவை. இதற்கு மட்டும் நீங்கள் ஒப்புதல் கொடுத்தால், இன்னும் ஆறு மாத காலத்தில் இதைச் சரிசெய்ய முடியும்."

"அதே போல் இன்னும் ஒரு சட்டம் நம் நாட்டுக்குத் தேவை. கால்நடைகள் உச்சவரம்பு சட்டம் என்று ஒன்று கொண்டுவர வேண்டும். ஒவ்வொரு வீட்டுக்கு நூற்றுக்கு மேல் கால்நடைகள் இருக்கக்கூடாது, அதுவே ஒரு பண்ணை என்றால் ஆயிரத்திற்கு மேல் கால்நடைகள் வைத்துக்கொள்ளக்கூடாது என்று ஒரு சட்டம் வேண்டும்."

"இப்படிச் சொல்வதால் என்ன கிடைக்கும்?"

"கால்நடைகள் குறைவாக இருக்கக்கூடிய வீடுகளுக்கு நாம் கால்நடைகளைப் பிரித்துக் கொடுக்க முடியும். நான் மேல் கூறிய கால்நடை என்பது அனைத்து வகையான கால்நடைகளையும் சேர்த்துதான். மேல் கூறிய சட்டத்தையும் சேர்த்து தான், நான் என் குழுவினருடன் சேர்ந்து வரையறை எழுதி வந்துள்ளேன். இதையும் நீங்கள் சரிபார்த்து ஒப்புதல் கொடுத்தீர்கள் என்றால் பிரதம மந்திரியின் வாக்கு மூலம் மக்களுக்கு பறை அடித்துச் சொல்லிவிடலாம்" என்றான் இந்திரன்.

இதைக்கேட்ட மன்னர் பிரதம மந்திரியை அழைத்து இந்திரன் கூறிய இரண்டு சட்டங்களையும் நிறைவேற்றிவிட எண்ணி,

"ஆமாம் நீங்கள் என்ன கூறுகிறீர்கள்? மக்களே, நீங்கள் என்ன கூறுகிறீர்கள், நீங்கள் என்ன கூறுகிறீர்கள்?" என்று அனைவரிடம் கேட்டார். சபையில் ஒவ்வொருவரும் இதைச் செய்யலாம், இதை வேண்டாம் என்று மாறி மாறி கூறிக் கொண்டிருந்தனர். இதைப் பார்த்த மன்னர் கிருஷ்ணன், "சபையில் வாக்கெடுப்பு எடுப்போம்" என்று கூறினார். "இந்தத் திட்டத்தைச் செய்வோம் என்று சொல்பவர்கள் வலது கையையும், வேண்டாம் என்பவர்கள் இடது கையையும் உயர்த்துங்கள்" என்றார்.

"இந்த வாக்கெடுப்பை பிரதம மந்திரி எண்ணிக் கூறவேண்டும்" என்றும் சொன்னார். பிரதம மந்திரி அபிமன்யுவும் வாக்கெடுப்பைக் கணக்கு செய்ய ஆரம்பித்தார். ஏறக்குறைய சரிபாதியான வாக்குகள் இரண்டு பக்கமும் விழுந்திருந்தன. சரிபாதியாக பதிவான வாக்குகளை பிரதமர் எண்ணியபொழுது, அந்தப் பரந்து விரிந்திருக்கும் சபையில், இரண்டு பேர் எந்தச் சலனமுமின்றி தங்கள் இருக்கையில் அமைதியாக அமர்ந்திருந்தனர். 'யாருடா அது அந்த இருவர்' என்றுதானே கேட்கிறீர்கள். அவர்கள்தான் மான்யகேடத்தின் இளவரசர்கள். சபையில் உள்ள அனைவரையும் மன்னர் இந்த இரு சட்டங்களையும் கொண்டுவரலாமா என்று கேட்டபொழுது, இவர்களை விட்டுவிட்டார். அதனால் இவர்கள் அமைதியாக அங்கு அவர்களுடைய இருக்கையில் அமர்ந்து இருந்தனர்.

இவர்கள் இருவரையும் பார்த்துவிட்டு மன்னர், "அடேய் தங்கங்களே, நீங்கள் எந்தப்பக்கம் வாக்கு செலுத்தப் போகிறீர்கள்?" என்று கேட்டதற்கு, இருவரும் ஒருசேர வலது கையை உயர்த்தி இந்த கால்நடை சட்டத்திற்கும், கால்நடைகளை வாங்கி மக்களுக்குக் கொடுக்கக்கூடிய சட்டத்திற்கும் ஏதுவாக வாக்குப் பதிவு செய்தனர்.

அதனால் மான்யகேடத்தில் கால்நடை உச்சவரம்புச் சட்டமும், மக்கள் கால்நடை வழங்கும் சட்டமும் மக்கள் மன்றத்திலேயே நிறைவேறின. மக்கள் அனைவருக்கும் மகிழ்ச்சி. இந்த நிலக்கிழார்கள் மட்டும் வருத்தம் தெரிவித்தனர். ஆயினும் நாட்டுக்காக என்று வந்தபின் அவர்களும் எந்தச் சலனமும் இன்றி ஆமோதித்தனர்.

இது நடந்து முடிந்த பின் மக்கள் அனைவரையும் பரந்தாமன் கோவிலுக்குச் செல்லச் சொல்லி பிரதம மந்திரி அபிமன்யு அறிவித்தார். அன்று பரந்தாமன் கோவிலில் ராஷ்டிரகூட

மக்கள் அனைவருக்குமே மதிய உணவு தயாராக இருந்தது. அதனால் மக்கள் அனைவரையும் பரந்தாமன் கோவிலுக்கு அனுப்பி வைத்தார் அபிமன்யு.

சபையிலிருந்து கலைந்த மக்கள் மிகுந்த மகிழ்ச்சியுடன் பரந்தாமன் கோவிலை நோக்கி நடந்து சென்றனர். கோவிலை நெருங்கவே சமையலின் மணம் மூக்கைத் துளைக்க ஆரம்பித்தது. அனைவருக்கும் ஒரு விருந்தே அங்கு தயாராக இருந்தது.

பலாப்பழப் பாயசம், தயிர்ப் பச்சடி, உளுந்து வடை, மாங்காய்ப் பச்சடி, பருப்பு உசிலி, வாழைக்காய்க் கறி, கத்திரிக்காய் பிரட்டல், பீர்க்கங்காய்க் கூட்டு, பருப்பு, சாதம், பூசணிக்காய் சாம்பார், மிளகு ரசம், பசு நெய், தயிர் என ஒரு கல்யாண விருந்து தயார் செய்து வைத்திருந்தார் பிரதம மந்திரி அபிமன்யு. மக்கள் அனைவரும் ஆனந்தமாய் விருந்தை அருந்திவிட்டு மன்னரையும், சபையில் இருக்கக்கூடிய பெரியோர்களையும் வாழ்த்தி அவரவர் வீடுகளை நோக்கிச் சென்றுகொண்டு இருந்தனர்.

இச்சமயத்தில் சபையில் மன்னரும், தளபதிகளும் மந்திரிமார்கள், அமைச்சர்களும் இளவரசர்களும் இருந்தார்கள். இவர்களுக்கும் பரந்தாமன் கோவிலிலிருந்து உணவு வந்தது. கிருஷ்ணனின் தர்பார் அருகேயே உணவு அருந்தும் இடம் இருக்கிறது. அங்கு அமர்ந்து இவர்கள் உணவருந்திவிட்டு சபைக்கு மீண்டும் வந்து பேச ஆரம்பித்தார்கள்.

4. போர் வேண்டுமா? வேண்டாமா?

அனைவரும் உணவருந்திவிட்டு, கிருஷ்ணனின் சபைக்கு வந்தார்கள். சபைக்கு வந்த பின் அபிமன்யு மதுசூதனனை அழைத்தார். மதுசூதனனும் சபைக்கு வந்த பின், சபையில் கிருஷ்ணன், இளவரசர்கள், அமைச்சர்கள், மந்திரிமார்கள் மற்றும் தளபதிகளைத் தவிர வேறு யாரும் இருக்கக்கூடாது என்று அபிமன்யு கட்டளையிட, பிரதம மந்திரியின் கட்டளைக்கிணங்க அனைவரும் சபையை விட்டுச் சென்றனர்.

சபையின் காவலர்களும் சபையில் இருந்து இருபது அடி தள்ளி நின்று காவல்காக்க ஆயத்தமானார்கள். அனைவரும் சென்றபின் சபையில் ராஜ்ஜியத்தைத் தூக்கி நிறுத்தக்கூடிய அதிகாரிகளும் மன்னரும் இளவரசர்களும் மட்டுமே இருந்தனர்.

மதுசூதனனுக்கும் தனி ஒரு ஆசனத்தைக் கொடுத்து அமரச் சொன்னார் அபிமன்யு. அபிமன்யுவும் அனைவரும் தத்தம் இடத்தில் அமர்ந்தபின் மன்னரைப் பார்த்து, "அடுத்து என்ன?" என்று அபிமன்யு கேட்க,

மன்னர், "பிரதம மந்திரி அவர்களே, அடுத்தது என்ன என்பதை மதுசூதனன் நம் சபைக்கு வந்த பின் நீங்களும் முடிவு செய்திருப்பீர்கள், நானும் ஒரு முடிவுக்கு வந்திருக்கிறேன். அதை விவாதிப்பதற்கு முன் அமைச்சர்கள் கையிலும், தளபதிகள் கையிலும், மந்திரிகள் கையிலும் இருக்கக்கூடிய மடலை அவரவர் வாசிக்கட்டும். அவர்களுடைய கருத்தைத் தெரிந்து கொண்டபின், இந்தச் சபை எதற்குக் கூடி இருக்கிறது என்று நான் கூறுகிறேன்" என்றார் மன்னர் கிருஷ்ணன்.

மன்னர் கூறியதைக் கேட்டு கையிலிருக்கும் மடலை ஒவ்வொருவரும் பிரித்து வாசிக்கத் தொடங்கினார். அதில் எழுதியிருப்பதைப் பார்த்தவுடன் அனைவரின் கண்களும் விரிந்தன, ஆச்சரியம் சூழ்ந்தது. 'என்ன இப்படி எழுதி இருக்கிறார்களே' என்று வியந்தனர். வியந்தவாறே ஒருவரை ஒருவர் பார்த்துக் கொண்டனர். சொல்லி வைத்தார் போல் அனைவரும் ஒரே நொடியில் மன்னரைப் பார்த்து ஆச்சரியமாக முகபாவனை செய்தனர்.

அவர்களுடைய முகங்களைப் பார்த்த கோவிந்தனும் துருவனும் கலகலவென்று வாய்விட்டுச் சிரித்தனர். நிசப்தமாக இருந்த அந்தச் சபை முழுக்க இவர்களின் சிரிப்பொலி சூழ்ந்தது.

இவர்களுடைய சிரிப்பொலிகள் சூழ்ந்த அந்தச் சபை மீண்டும் நிசப்தம் ஆனது. ஆனால் அனைவரது முகங்களிலும் ஆச்சரியம் மட்டும் குறையவே இல்லை. ஏன் இப்படி எழுதி இருக்கிறார்கள் என்றே அனைவரும் ஆச்சரியத்துடன் அமைதியாக இருந்தனர். மன்னரின் முகத்திலும், பிரதம மந்திரி அபிமன்யுவின் முகத்திலும் எந்தச் சலனமும் இல்லை. இதே சபையில் வேறு ஒருவரின் முகத்திலும் எந்தச் சலனமும் இல்லாமல் இருந்தது. அது வேறு யாரும் இல்லை, மதுசூதனன்தான்.

மதுசூதனனுக்கும் அந்த மடலில் என்ன எழுதி இருக்கிறது என்பது தெரியும். ஏனெனில் மதுசூதனன் இந்த மான்யகேடத்திற்கு வந்த பின்தான், மன்னர் கிருஷ்ணன் சபையைக் கூட்ட முடிவு செய்யப்பட்டது.

மதுசூதனன் எவ்விதச் சலனமும் இல்லாமல் அமைதியாக இருப்பதைப் பார்த்து, தளபதிகளுக்குச் சந்தேகம் எழுந்தது. 'இவன் சாதாரண ஒரு பணியாள்தானே, இவனுக்கு இங்கென்ன வேலை, அதுவும் இவனுக்குத் தனி ஒரு ஆசனம் கொடுத்து அமர வைத்திருக்கிறார்கள்' என்று சிந்திக்க ஆரம்பித்தார்கள். இவர்கள் சிந்தனையைப் புரிந்துகொண்ட அபிமன்யு, மதுசூதனனின் மாறுவேடத்தைக் கலைக்கச் சொன்னார். அவன் வேடத்தைக் கலைத்த பின், அனைவரும் வாய்விட்டுக் கேட்க ஆரம்பித்துவிட்டார்கள்.

"இந்த மதுசூதனன் சாதாரண ஒரு வைர வியாபாரிதானே? இவனுக்கு இந்தச் சபையில் என்ன வேலை?" என்று. "அத்துடன் சபையில் மிக முக்கியமான விஷயத்தைப் பற்றிப் பேசப்போகிறோம். எங்கள் கையில் இருக்கக்கூடிய மடல்களைப் பார்த்தபின் எங்களுக்கு இன்னும் அந்த ஆச்சரியமே குறையாமல் இருக்கிறது, இச்சமயத்தில் இவன் இங்கு தேவையா?" என்று கேள்வி எழுப்பினார்கள்.

இதற்கும் மதுசூதனனிடமிருந்து எந்தவித பதிலும் வரவில்லை, அமைதியாகவேதான் இருந்தான். தளபதிகளும் மந்திரிகளும் அமைச்சர்களும் விடாது கேள்வி எழுப்ப, இவர்களை அமைதிப்படுத்த பிரதம மந்திரி அபிமன்யு எழுந்து பேச ஆரம்பிப்பதற்குள், சிம்மாசனத்தில் இருந்த மன்னர் கிருஷ்ணன், "அனைவரும் அமைதியாக இருங்கள். பொறுமை இழக்காதீர்கள். வெறும் கூச்சல் வேண்டாம்" என்றார்.

இதைக் கேட்டு அனைவரும் அமைதியாக இருந்தனர். சபையே நிசப்தம். மீண்டும் கிருஷ்ணன் பேச ஆரம்பித்தார். "உங்களிடம் இருக்கும் மடலில் என்ன எழுதியிருந்தது?" என்று கேட்க, கோட்டையையும் கஜானாவையும் காக்கக்கூடிய தளபதி துருவ இந்திரா பேச ஆரம்பித்தார்,

"மன்னா! என்னிடம் இருக்கும் மடலில் 'பல்லவர்கள் மீது போர் தொடுக்கலாமா? இது தக்க சமயமா? உங்கள் எண்ண ஓட்டம் என்ன?' என்று எழுதி இருக்கிறது. மற்றவர்களின் மடலில் என்ன இருக்கிறது என்று எனக்குத் தெரியவில்லை. அவர்கள் அதைக் கூறவேண்டும் என்று நான் நினைக்கிறேன்" என்றார் துருவ இந்திரா.

இவர் கூறியதைக் கேட்ட மன்னன், "நீங்களே இவர்கள் அனைவரிடமும் இருக்கக்கூடிய மடலை வாங்கிப் பார்த்துவிட்டுக் கூறுங்கள்" என்றார். இதை அப்படியே ஏற்றுக்கொண்ட துருவ இந்திரா, அனைவரது மடலையும் வாங்கிப் படித்துவிட்டு,

"மன்னா, இந்த அனைத்து மடல்களிலுமே 'பல்லவர்கள் மீது போர் தொடுக்கலாமா? இது தக்க சமயமா? உங்கள் எண்ண ஓட்டம் என்ன?' என்றுதான் எழுதி இருக்கிறது" என்றான்.

"ஆம் சரிதான். போர் என்பது நான் மன்னன் மட்டும் எடுக்கக்கூடிய முடிவில்லையே. அனைத்துத் துறைகளிலும் நம்முடைய வலிமை எவ்வாறு இருக்கிறது என்பதைத் தெரிந்து கொண்டுதானே அடுத்த நாட்டிற்குப் போருக்குச் செல்லவேண்டும். அதுவும் பல்லவ தேசம், நம் தேசத்தில் இருந்து மிகத் தொலைவில் உள்ளது. குறைந்தது நான்கு ஆறுகளை நாம் தாண்டிச் செல்லவேண்டிய கட்டாயம் இருக்கிறது. இத்துடன் அவர்கள் நமக்கு ஒரு வகையில் உறவினர்களாகவும் போய்விட்டார்கள். எனக்கு முன் ஆட்சி செய்த அரசர் தந்தி துர்காவின் மகளை பல்லவ தேசத்தின் அரசனான நந்திவர்மன் மணந்துள்ளான். அதனால் அந்த தேசத்தின் மேல் போர் தொடுக்க நம்மிடையே இருக்கக்கூடிய

சாதக பாதகங்களைப் பற்றிப் பேசவே இந்தச் சபையை நான் கூட்டினேன்" என்று கூறினார் மன்னர் கிருஷ்ணன்.

"பின் இந்த மதுசூதனனின் மீது உங்கள் அனைவருக்கும் நிறைய கேள்விகள் எழுந்தது அல்லவா? இவன் என்னுடைய தலைமை ஒற்றன். உங்கள் அனைவருக்கும் இவன் ஒரு வைர வியாபாரியாகவேதான் தெரிகிறான். இது இவனுடைய வேலையில் இருக்கக்கூடிய ஒழுக்கத்தைக் காட்டுகிறது. நீங்கள் சொல்வதுபோல் இவன் வைர வியாபாரிதான், அது நாட்டுக்கும் மக்களுக்கும்தான். எனக்கு இவன் மகா ஒற்றன். இவன் ஒருவன் மட்டும் இல்லை, இவனிடம் ஒரு பெரும் படையே இருக்கிறது.

இவனும், இவனுடைய படையினரும் கொடுக்கும் ஒவ்வொரு ஒற்றுச் செய்தியும் நமக்கு நம் படையை போர்க்களங்களில் நகர்த்த மிகவும் உறுதுணையாக இருக்கிறது. வீரமும் விவேகமும், நல் மதியும் கொண்டவர்களை இந்த மான்யகேடமும் நம் ராஷ்டிரகூட தேசமும் பெற்றுள்ளது. இவர்களை எந்தச் சூழ்ச்சிக்குள்ளும் கொண்டு சேர்க்காத வகையில் இவனுடைய படைகள் துப்புத் துலக்கி செய்திகளைத் தருகிறார்கள். எனவே, இவன் இங்கு வந்த பின்தான் இந்தச் சபையைக் கூட்டவே முடிவு செய்யப்பட்டது. இப்பொழுது உங்களுக்குப் புரிந்திருக்கும்" என்றார் கிருஷ்ணன்.

இதைக் கேட்ட தளபதிகள் ஒன்றாக எழுந்து மதுசூதனனைப் பார்த்து, "மன்னித்துவிடு மதுசூதனா. எங்கள் தவறை மன்னித்து விடுங்கள் அரசே" என்று மன்னர் கிருஷ்ணனிடம் மன்னிப்பு கேட்டார்கள்.

"சரி நடந்தது நடந்தாகிவிட்டது. இப்பொழுது ஆகவேண்டிய காரியத்தைப் பார்க்கலாம். உங்களுடைய கருத்துகளைக் கூறுங்கள். பல்லவர்கள் மீது போர் தொடுக்கலாமா? இல்லை வேண்டாமா?" என்று சபையைப் பார்த்து மன்னர் கிருஷ்ணன் கேட்க, சபை மீண்டும் ஒரு நொடி நிசப்தமானது.

பின், காலாட்படைத் தளபதி பாலராஜன் பேச ஆரம்பித்தான். "மன்னருக்கும், சபைக்கும் முதலில் என் வணக்கங்கள். என்னுடைய கருத்துகளை நான் முன்வைக்க விரும்புகிறேன். மன்னா, நாம் ராஷ்டிரகூடர்கள்! வீரத்திலும், விவேகத்திலும் பராக்கிரமசாலிகள்! இதில் எள்ளளவும் எனக்கு எந்த ஒரு ஐயமும் இல்லை.

ஆனால், ஏறக்குறைய ஓராண்டு காலத்திற்குப் பின் போர் இல்லாத ஒரு வாழ்க்கையை நம் மக்கள் வாழ்ந்து

கொண்டிருக்கிறார்கள். எந்தவிதமான சலனமும், சச்சரவும் இல்லாமல் நம்மைச் சுற்றி இருக்கக்கூடிய நாடுகளும், நம் நாட்டு மக்களும் ஒன்றாகச் சேர்ந்து இயல்பு நிலையில் வாழ்ந்து கொண்டிருக்கிறார்கள். நம் நாட்டில் மக்களுக்குத் தேவையானதைச் செய்வதற்கு நம்மிடம் இருக்கும் செல்வங்கள் சரியாக இருக்கிறது. தற்சமயம் நம் நாட்டின் பொருளாதாரத்தை மனதில் கொண்டும், மக்களின் வாழ்க்கைத்தரத்தை மனதில் கொண்டும் இந்தப் போரைத் தவிர்க்கலாம். பல்லவர்கள் மீது போர் தொடுக்காமல் இருப்பது நல்லது என்று நான் நினைக்கிறேன் மன்னா!" என்றான்.

இதைக்கேட்டு வில் படையின் தளபதியான யுதிஷ்டிரா சிரித்துக்கொண்டே, "ஏன் உனக்கு மனைவி மக்களோடு இருக்க ஆசை வந்துவிட்டதோ? போர் வேண்டாம் என்று சொல்கிறாய். கங்கர்கள் வரை நாம் வென்றுவிட்டோம். அந்த தேசத்தில் இருந்து சிறிது நாள் பயணத் தொலைவில்தான் இருக்கிறது பல்லவர்களின் தலைநகரமான காஞ்சிபுரம், மேலிருந்து கீழே இறங்கினால் எளிதில் வெற்றியடையலாம். உனக்கு போர் செய்ய விருப்பம் இல்லை என்பதினால் நம் தேசத்தின் பொருளாதார நிலை சரி இல்லை என்று கூறாதே" என்று கூறிவிட்டு மன்னரிடம், "மன்னா! நாளை கிளம்பலாம் என்று சொன்னாலும் நானும் என் படையும் தயார்" என்று கூறினான்.

இப்படிக் கூறிவிட்டு மீண்டும் பாலராஜனைப் பார்த்து, "நீ எவ்வாறு சொல்கிறாய், கஜானாவில் காசில்லை, பொருளாதார நிலை சரியில்லை என்றா?" கேள்வி எழுப்பினான்.

பாலராஜன் எந்த ஒரு சலனமும் இல்லாமல், "வில் படையின் தளபதியே, உமக்கு போர்களை நினைத்து நினைத்து நம்ம ராஜ்யத்தில் நடக்கக்கூடிய விஷயங்கள் மறந்து விடுகிறது போல. நான் வெறும் காலாட் படையின் தளபதி மட்டுமில்லை, நம் ராஜ்யத்தின் கஜானாவில் கணக்கர்களில் ஒருவனும் கூட. நான் கணித சாஸ்திரம் கற்றதனால் நம் பிரதம மந்திரி அபிமன்யுவின் பொருளாதாரக் குழுவில் இருக்கிறேன். அந்தக் கணக்குகளை வைத்துதான் நான் கூறுகிறேன். உமக்கு ஏதேனும் சந்தேகம் இருந்தால் ராஜ்யத்தின் நிதி அமைச்சரும் பிரதம மந்திரியுமான அபிமன்யு அவர்களிடம் கேட்டுத் தெரிந்து கொள்ளுங்கள்" என்று கூறிவிட்டு, மீண்டும் சபையோருக்கு வணக்கம் தெரிவித்துவிட்டு அவனுடைய ஆசனத்தில் அமர்ந்தான் பாலராஜன்.

இவர்கள் இருவரும் பேசி ஆசனத்தில் அமர்ந்த பின், யானைப் படையின் தளபதி துருவன் பேச ஆரம்பித்தார். “மன்னா! நீங்கள் மக்கள் சபையில் கூறியதுபோல் நம் யானைப் படையில் யானைகளின் எண்ணிக்கை குறைவாகத்தான் உள்ளது. ஆயிரம் யானைகளை மட்டுமே நாம் வைத்துள்ளோம். என்னதான் நம் ராஷ்டரகூடத்தின் குடைக்கீழ் இருக்கும் அனைத்து சிற்றரசர்களிடமிருந்தும் படையையும், யானைகளையும் பெற்றாலும் இது ஒரு தொலைதூரப் பயணம் அல்லவா, இதற்கு ஏற்றார் போல் படை வீரர்கள் அனைவருக்கும் இருபடி ஊதியம் அளிக்க வேண்டும், பின் படையின் படையையும் மூன்றாகப் பிரித்து நகர்த்த வேண்டும். ஏனெனில் ஒரு படை முன்னோக்கி நகர ஆரம்பித்தால், அந்தப் படை சில தூரம் நடந்தபின் சோர்ந்துவிடும். அந்தப் படை சோர்ந்து சற்று நேரம் இளைப்பாறிக் கொண்டிருக்கும் பொழுது இவர்களின் பின்னால் வரக்கூடிய படை இவர்களைத் தாண்டிச் சென்று கொண்டிருக்க வேண்டும். இவ்வாறு நகர படை சோர்வின்றி முன்னேறும். ஆனால் இவ்வாறு செய்ய நம்மிடம் அத்தனை படை வீரர்களுக்கும் கொடுக்க குதிரைகள் இல்லை, படைவீரர்களைச் சுமந்து சென்று இறக்கிவிட அவ்வளவு யானைகளும் இல்லை.

யானைகளை நாம் என்னதான் காட்டிலிருந்து பிடித்துவந்து பழக்கப்படுத்தினாலும், அவற்றைப் போர்களுக்குக் கொண்டுசெல்ல பல நாள் பயிற்சி தேவை. அத்துடன் நம் நாட்டில் எங்குமே யானைச் சந்தைகள் இல்லை. அதே போல் நம் நாட்டின் அருகே இருக்கக்கூடிய தேசங்களிலும் யானைச் சண்டைகள் இல்லை. இதனால் நம்மால் மொத்தமாக யானைகளைக் கொள்முதல் செய்ய முடியவில்லை. ஆனால் கீழே பல்லவ தேசத்திலும், பாண்டிய தேசத்திலும் யானைகள், குதிரைகள் மற்றும் பல கால்நடைகளுக்காகவே சந்தைகள் இருக்கின்றன. தற்சமயம் எனக்குக் கிடைத்த துப்பின்படி பாண்டியர்கள் அவர்களை எதிர்க்க ஆரம்பித்திருக்கிறார்கள். அதனால் நாம் நீர்வழி மார்க்கமாக பாண்டிய தேசத்திற்குச் சென்று, அவர்களிடமிருந்து யானைகளையும் குதிரைகளையும் பெற்று பல்லவர்கள் மீது போர் தொடுக்கலாம். இது எதிரிக்கு எதிரி நண்பன் என்ற பேரில் பாண்டியர்கள் நமக்கு உதவுவார்கள் என்று நம்புகிறேன் மன்னா. பல்லவர்கள் பாண்டியர்கள் போல நம் தேசத்திலும் யானைச் சந்தை கொண்டுவரவேண்டும் மன்னா. வரவேண்டும்” என்று கூறிவிட்டுத் தன் ஆசனத்தில் அமர்ந்தான் துருவ ராஜன்.

குதிரைப் படைத் தளபதி சதாகனி பேச ஆரம்பித்தான், "நம் யானைப் படைத் தளபதி கூறியதுபோல் பாண்டிய தேசத்தில் சென்று யானைகளையும் குதிரைகளையும் வாங்கி வந்த பின் பல்லவர்கள் மீது போர் தொடுப்பது என்பது சற்றுக் கடினமான யோசனை என்று நினைக்கிறேன். அதற்குப் பதிலாக நம்மிடம் இருக்கக்கூடிய படைகளை முன்னிறுத்தி துருவ ராஜன் சொல்வதுபோல் நீர் வழித்தடங்கள் மூலமாக காஞ்சியின் உள் நுழைந்து திடீர்த் தாக்குதல் செய்து பல்லவர்களை வீழ்த்தலாம்" என்று அவருடைய யோசனையைக் கூறினார். இவ்வாறு ஒவ்வொரு அமைச்சரும் தளபதியும் மந்திரிமாரும் தத்தம் கருத்துகளைக் கூற, சபையில் கருத்தாடல் நடந்து கொண்டே இருந்தது.

இறுதியாக பிரதம மந்திரி அபிமன்யு பேச ஆரம்பிக்க, "வழக்கம்போல் நம் சபையில் இரு வேறு கருத்துகள் நிலவுகிறது. ஒரு நாட்டின் மீது போர் தொடுக்கப் போகிறோம் என்றால் அது அந்த நாட்டுக்கு மட்டும் பிரச்சினையாக அமையாது. அந்த நாட்டின் மீது போர் தொடுக்கக் கிளம்பிச் செல்கின்ற நாட்டிற்கும் பிரச்சினைதான்.

அதைத்தான் நம் காலாட்படைத் தளபதி பாலராஜன் கூறினார். அவர் கூறியது மிகச் சரியான விஷயம்தான். தற்சமயம் நம்முடைய பொருளாதார நிலையின்படி நமக்குப் போர் என்பது தேவை இல்லாத ஒன்று. போர்க்களத்தில் வீரர்கள் பராக்கிரமமாகப் போர் செய்ய அவர்களுக்கு வீட்டின் நினைப்பே வராமல் இருக்க வேண்டும். அந்த அளவுக்கு அவர்களுக்கு இருமடங்கு காசு கொடுக்க வேண்டும். தற்சமயம் கஜானாவில் நாட்டைச் செல்வச் செழிப்பாக வைத்துக்கொள்ளும் அளவிற்குச் செல்வங்கள் இருக்கிறது. ஆனால் போர்க்கால அவசர நிலைக்கு தற்சமயம் இருக்கும் செல்வங்கள் போதுமானதாக இருக்காது. இது நம் தேசத்திற்குப் பொருளாதாரப் பின்னடைவைத் தரும். போருக்காக மக்கள் மீது வரிச் சுமை ஏற்றுவதும் தற்சமயம் நம் நாட்டிற்குத் தேவை இல்லாத ஒன்றுதான். அதேபோல் நம் தளபதிகள் கூறிய ஒரு விஷயத்தைக் கவனத்தில் கொள்ளவேண்டியது அவசியம். நாம் ராஷ்டிரகூடத் தலைநகரமான மான்யகேடத்திலிருந்து பல்லவ தேசத்திற்கு நம் பெரும்படையை அழைத்துச் செல்வது என்றால், அதற்கு ஏற்றார் போல் குதிரைகளும் யானைகளும் நமக்குத் தேவை. இப்பொழுதுதான் நாம் மூன்று தேசங்கள் மீது போர் தொடுத்து அந்தப் போரில் வெற்றியும் அடைந்து, அந்த வெற்றியின் மூலம் சிறு சிறு ராஜ்யங்களும் நம்முடன் சேர்ந்து

ஒரே குடைக்குள் வந்திருக்கிறது. நம் ராஜ்யத்தின் நிலப்பரப்பை விஸ்தாரப் படுத்தத்தான் வேண்டும். ஆனால் அதற்கு இது சரியான நேரம் இல்லை என்று நான் நினைக்கிறேன். இன்னும் நம் நாட்டைக் கட்டமைக்க வேண்டிய வேலைகள் இருக்கிறது. பொருளாதாரத்தில் நாம் அனைவரும் செழுமை பெற வேண்டியிருக்கிறது. அதனால் இந்தப் போர் தற்சமயம் வேண்டாம் என்றுதான் நானும் நினைக்கிறேன்" என்று பிரதம மந்திரி கூறிவிட்டு, மதுசூதனனைப் பார்த்து, "உன்னுடைய கருத்து என்ன?" என்று கேட்டார்.

மதுசூதனன் பேச ஆரம்பித்தான். "மன்னருக்கும், பிரதமருக்கும் மற்றும் சபையோர் அனைவருக்கும் என் மரியாதைக்குரிய வணக்கங்கள். பல்லவ தேசம் என்பது ஒரு சாதாரண தேசம் அல்ல. அது ஒரு பெரிய ஆல விருட்சம் போல். அந்த விருட்சத்தில் எல்லா வகையான பறவைகளும் இருக்கும் அல்லவா! அதுபோல்தான் பல்லவ தேசமும். சிட்டுக்குருவியில் இருந்து பெரிய ராஜாளி கழுகு வரை அந்த விருட்சத்தில் வந்து இருந்துவிட்டு காற்றில் பறந்து செல்லும் அல்லவா! அப்படித்தான் பல்லவ தேசமும்.

நம் தளபதி துருவ ராஜன் சொல்வது போல் ஏதோ எளிதில் நீர்வழிப்பாதை மூலமாக பல்லவ தேசத்தின் தலைநகரமான காஞ்சியில் உள் நுழைய முடியாது. காஞ்சியில் நீர் வழியிலோ நில வழியிலோ வேறு ஒருவன் நுழைய வேண்டுமென்றால் பல்லவ தேசத்தின் பாதுகாப்பு ஆலோசகரின் ஒப்புதல் தேவை.

அது ஒன்றும் எளிதில் கிடைத்து விடாது. அதைப் பெற்றால் மட்டுமே, நீர் வழியாக நாம் உள்ளே செல்ல இயலும். 'நாம்தானே செய்யப் போகிறோம் நீர் வழித்தடத்தை எளிதில் கடந்து உள்ளே சென்று அவர்களைத் தாக்கிவிடலாம்' என்று எண்ணம் நம்முள் இருந்தால், அது ஒரு பேராபத்தில்தான் நம்மைக் கொண்டு விடும். ஏனெனில், நீர் வழித்தடங்கள் அனைத்தும் மிகவும் அகலமாகவும், ஆழமாகவும் பல்லவ தேசத்தைச் சுற்றி அமைக்கப்பட்டிருக்கின்றன. அங்கே இருக்கக்கூடிய ஒரு கடிகையில் அனைத்து விதமான கல்வியும் ஞானமும் கற்பிக்கப்படுகிறது. அங்கே படிக்கக்கூடிய மாணாக்கர்களை வைத்து பல்லவ தேசத்தின் பாதுகாப்பைப் பலப்படுத்தியிருக்கிறார்கள்.

அப்படிச் செய்கையில் ஒவ்வொரு மாணவனும் கடிகையை விட்டு வெளியே வந்து நாட்டுக்காக வேலை செய்யும்பொழுது, நாட்டின் பாதுகாப்பில் இருக்கக்கூடிய ஒவ்வொரு சிறு

தவறையும், பிழையையும் கண்டுபிடித்து சரிசெய்து வந்து கொண்டிருக்கிறார்கள். அவ்வாறுதான் நீர் வழித்தடத்தில் பெரிய கட்டுப்பாடுகளை விதித்து இருக்கிறார்கள்.

நாம் எந்த ஒரு பத்திரமும் இல்லாமல் அவர்களிடம் போர் செய்ய, நீர் வழித் தடத்தைக் கடக்க வேண்டும் என்றால், நம்மிடம் மிகப் பெரிய யானைப் படை தேவை. ஏனெனில் அந்த யானைகளின் மேல் ஏறி, அமாவாசை தினத்தன்று நீர் வழித்தடத்தின் உள் இறங்கி, மேலே ஏறி சண்டையிட வேண்டும்.

அதுவும் அவ்வளவு எளிதில் நடந்துவிடக்கூடிய விஷயம் அல்ல. ஏனெனில் நான் எவ்வாறு அங்கு ராஷ்டிரகூட நாட்டின் ஒற்றனாக இருக்கிறேனோ, அதேபோல் பல்லவர்களும் நம்முள் ஒற்றர்களை வைத்திருப்பார்கள். அப்படியிருக்கையில் அனைத்தையுமே ரகசியமாகச் செயல்படுத்த வேண்டிய கட்டாயத்தில் நாம் இருக்கிறோம்.

இது மட்டுமின்றி, பல்லவர்கள் போர் தந்திரத்திலும் வல்லவர்கள். எத்திசையில் இருந்து யார் வந்தாலும் எத்தருணத்திலும் தாக்கத் தயாராக இருப்பவர்கள். ஒவ்வொரு எல்லையிலும் குறைந்தது ஆயிரத்தில் இருந்து ஐயாயிரம் படை வீரர்களை எல்லைப் பாதுகாப்புக்காக நிறுத்தி வைத்திருப்பார்கள். அவர்கள் அனைவருமே ரத, கஜ, துரக, பதாதி இந்த நால்வகைப் படைகள் வந்தாலும் எதிர்த்து நின்று சண்டை இடக்கூடிய திறன் படைத்தவராக இருக்கிறார்கள்.

குறிப்பாக பல்லவர்களின் யானைப்படை பற்றி கூறியாக வேண்டும். அவர்களுடைய யானைப்படை மிகவும் உக்கிரமானது. ஒவ்வொரு யானையிலும் குறைந்தது பன்னிரண்டிலிருந்து அதிகப்படியாக பதினெட்டு வீரர்கள் வரை இருப்பார்கள். அனைவருமே யானை மேலிருந்து எதிரியை வீழ்த்துவது எப்படி என்பதைக் கற்றறிந்து பயிற்சி பெற்றவர்களாகவே இருக்கிறார்கள். இவ்வகை யானைப்படையும் இந்த எல்லைப் பாதுகாப்பில் இருக்கும். அதனால் நாம் யானைகளை வைத்து நீர் வழி வழியாக வந்து பல்லவ தேசத்தைத் தாக்கலாம் என்று முடிவு செய்தாலும் அங்கும் இந்தப் பெரும்படை இருக்கும். அதனால் முதலில் நாம் நம்மைத் தயார் செய்து கொள்ளவேண்டும்.

இவ்வாறு கூறியதால் நான் என்னவோ நம் நாட்டு வீரர்களின் வீரத்தைக் குறைத்துப் பார்க்கிறேன் என்று எண்ணிவிடாதீர்கள். 'வருமுன் காப்பது நல்லது.' இது நம் உடல் நலத்திற்கும்,

வாழ்க்கைக்கும் பொருந்தும். 'போரிடும் முன் எதிரியின் பலத்தை அறிந்து போரிட வேண்டும்.' இது ஒரு ராஜ்யத்திற்கு நல்லது.

இப்பொழுது நம் நாட்டின் மீது யாரும் படையெடுத்து வரவில்லை, நம்மை யாரும் தொந்தரவும் செய்யவில்லை. இப்படியிருக்க, நாம் ஏன் வீணாகப் போருக்குப் போக வேண்டும்? இருக்கும் நிலப்பரப்பைப் பார்த்து நம் மக்களை இன்புற்று இருக்க வைப்போம். பின்பு ஒரு தக்க தருணம் வரும்பொழுது பல்லவர்கள் மீது படை எடுக்கலாம். முதலில் நாம் ராஷ்டிரகூடர்கள், நேரடியாக போர்க் களத்தில் இறங்கி விடக்கூடாது. 'தெரியாத ஊர் குளத்தில் ஆழம் பார்க்க ஊரான் வீட்டுப் பிள்ளையை இறக்கி விடுவதா' என்று பல்லவ தேசத்தின் கிராமங்களில் ஒரு பழமொழி சொல்வார்கள்.

அதுபோல் பல்லவ தேசத்தின் ஆழத்தைப் பார்க்க தக்க தருணம் வரும் பொழுது முதலில் ஊரான் வீட்டுப் பிள்ளையை இறக்கி விடுவோம். அதுவரை நாம் காத்திருப்பதே நல்லது. இந்தக் காத்திருப்பு நம் வீரத்திற்கு இழுக்கு இல்லை. வெறும் வீரம் பல தருணங்களில் வெற்றி தராது. வீரத்துடன் கூடிய விவேகம், பொறுமை மற்றும் மதிநுட்பமே வெற்றி தரும். அதனால் நாம் காத்திருப்போம்.

பல்லவ தேசத்தைத் தாக்க தக்க தருணம் வரும்போது நான் செய்தி அனுப்புகிறேன். இதுவே என் எண்ணம். இதுவே நம் தேசத்திற்கு நல்லது என்று நான் கருதுகிறேன் மன்னா" என்றான் மதுசூதனன்.

மதுசூதனன் கூறியதைக் கேட்டு ஒரு நொடிகூட தாமதிக்காமல் துருவன் அவன் இருக்கையில் இருந்து இறங்கி, "கோழைகளைப் போல் வாழ்வதைவிட போரிட்டு மடிவதே மேல்" என்று கர்ஜித்தான். "என்னுடன் யார் யார் வரத் தயாராக இருக்கிறார்களோ வாருங்கள், அப்படி என்ன அந்தப் பல்லவ தேசத்தில் இருக்கிறது என்று பார்த்துவிடலாம். நம்மைக் காட்டிலும் அவர்கள் வீரத்தில் பெரியவர்கள் என்று மோதிவிடலாம். சாளுக்கியர்களை, கங்கர்களையுமே நாம் வென்றுவிட்டோம். இவ்வாறு இருக்கையில் ஏன் நம்மால் பல்லவர்களையும் வெல்ல முடியாதா? இந்த மதுசூதனன் கூறியது நம்மைக் கோழை என்று கூறும் வகையில் இருக்கிறது. இதற்கு நான் ஒருபோதும் சம்மதிக்க மாட்டேன். தந்தையே, என்னுடன் ஒரு படையை அனுப்புங்கள். பல்லவ தேசத்தையும் உங்கள் காலடியில் சரணாகதி ஆக்குகிறேன்" என்று கூறினான்.

என்றும் இருக்கும் இயல்பை விட இன்று மன்னர் கிருஷ்ணனின் முகம் மிகவும் சாந்தமாகவும், தன்னுடைய இளைய மகன் துருவன் பேசியதைக் கேட்டுப் புன்முறுவலுடன் அவருடைய சிம்மாசனத்தில் அமர்ந்து சபையோரைப் பார்த்தார். இவருடைய முகம் இவ்வளவு சாந்தமாகவும், ஒரு சிறிய சிரிப்புடனும் இருக்கிறது என்பதைப் பார்த்த துருவனுக்கு ரத்தத்தின் வேகம் அதிகமாகி தலையில் வந்து இடித்து மீண்டும் கோபத்தை உருவாக்கியது.

மீண்டும் துருவன் பேச ஆரம்பித்தான், "தந்தையே, ஏன் நீங்கள் இப்படி சாந்த சொரூபியாக இருக்கிறீர்கள்? பதாமி சாளுக்கியர்களும், கல்யாணி சாளுக்கியர்களும் நம்மைச் சீண்டிய பொழுது உங்களுடைய பாய்ச்சல் ஒரு சிம்மம் போல் அல்லவா இருந்தது. ஆனால் இன்றோ போர் வேண்டாம் என்று சபையில் இருக்கக்கூடிய முக்கால்வாசி ஆட்கள் சொல்லும்பொழுது எப்படி உங்களால் இவ்வளவு அமைதியாக இருக்க முடிகிறது?" என்று கேட்டான்.

ஒரு நொடிப்பொழுது கூட தாமதிக்காமல் துருவன் பேசி முடித்த உடனேயே கோவிந்தன் துருவனுக்குப் பதிலளித்தான். "துருவா, நீ கூறியது சரிதான்! நம் தந்தையிடம் நீ கேட்ட கேள்வியிலேயே பதிலும் இருக்கிறது. அன்று நம் தந்தை சினம் கொண்டு எழுந்து வீரமாகவும், விவேகமாகவும் போர்க்களத்திற்குச் சென்று நம்மைச் சீண்டிய பதாமி சாளுக்கியர்களையும், கல்யாணி சாளுக்கியர்களையும் போரில் வென்றார்.

பின் அந்தப் போர்க்களத்தில் இருந்து கீழிறங்கி கங்க நாட்டின் ஸ்ரீ புருஷனையும் வென்றார். ஸ்ரீ புருஷன் பதாமி சாளுக்கியர்களுக்கும், கல்யாணி சாளுக்கியர்களுக்கும் உதவி நமக்கு நிறைய தொந்தரவு கொடுத்தான் என்ற காரணத்தினால், அவனையும் தோற்கடித்து ராஷ்டிரகூட குடைக்கீழ் அடிபணியச் செய்தார்.

ஆனால் இன்றோ அவ்வாறு எந்தத் தொந்தரவும் நமக்கு இல்லை. நாடு பிடிக்க வேண்டும் என்ற ஆசையில் எதிரியின் பலம் தெரியாமல் அவனிடம் மோதினால், நம்மிடம் இருக்கும் செல்வங்களும் வளங்களும் இல்லாமல் ஆகிவிடும்.

ஒரு எதிரி நம்மை விட பலம் பொருந்தியவனாக இருக்கிறான் என்றால், ஒன்று அவனை இனம்கண்டு அடிக்க வேண்டும். இல்லையேல் அவனுக்கு இணையாக வளர்ந்தபின் அடிக்க வேண்டும். இதை விடுத்து நம் எண்ணம் போல் போர்க்களத்தில்

சென்று சண்டையிட்டு எதிரியை வீழ்த்திவிடலாம் என்று நினைப்பது நமக்கு வீரமாகத் தெரியலாம். ஒரு சாம்ராஜ்யமாகப் பார்த்தால் அது வீரத்திற்கு உரிய விஷயம் அல்ல. மக்களை அழிவை நோக்கி இழுத்துச் சென்றுவிடும்.

இதுதானே நம் போர் தந்திரத்தில் முதல் பாடம். தத்துவார்த்த வகுப்புகளில் நீதானடா துருவா முதல் மாணவன்! அப்படியிருக்கையில் உன் கோபம் உன் அறிவை மறைக்கிறது பார்த்தாயா...

இதுதான் நம் கோபம் நமக்குத் தரும் பரிசு. ஒருபோதும் கோபம் அறிவை உன்னை விட்டு விடக்கூடாது. நம் சபையில் சான்றோர்களும் ஆன்றோர்களும் இருக்கிறார்கள். இவர்கள் அனைவரும் நம் நாட்டுக்கும் நமக்கும் எது நல்லதோ அதைத்தான் எடுத்துரைக்கிறார்கள். ஒவ்வொருவரின் கண்ணோட்டத்தில் சொல்லும் சொற்களின் கோர்வை மாறலாமே தவிர, சபையில் இருக்கக்கூடிய முக்கால்வாசி சபையோர்கள் தற்சமயம் போர் வேண்டாம் என்பதற்கு உண்டான அனைத்துக் காரணங்களையும் கூறுகிறார்கள்.

ஒரு இளவரசனாக இருந்து யோசிக்காமல், சபையில் நடக்கக்கூடிய நிகழ்வுகளைக் கவனிக்கக்கூடிய ஒரு சாதாரண ராஷ்டிரகூடப் பிரஜையாக இருந்து சிந்தித்தால் இவர்கள் சொல்லும் காரண காரியங்கள் நம் மனதில் ஆழப் பதியும். உனக்கும் இது ஆழப்பதிந்து இருக்கும். ஆனால் உன்னுள் இருக்கும் இன்னொரு துருவமாக கோபம் அதை அழிக்கப் பார்க்கிறது அவ்வளவுதான்.

'தற்சமயம் எந்த வம்புகளும் எதிர் நாட்டுச் சீண்டல்களும் நமக்கு இல்லாதபொழுது நாமாகச் சென்று எந்த வம்புச் சண்டையும் இட வேண்டாம். நாட்டை மேம்படுத்தி மக்களை மகிழ்ச்சியாக வைப்பதே நல்லது' என்று நம் சபையில் இருக்கக்கூடிய அமைச்சர்களும் மந்திரிகளும் தளபதிகளும் கூறுகிறார்கள்.

இவர்கள் கூறுவதை நாம் அப்படியே ஏற்றுக் கொள்ளத்தான் வேண்டும் என்று என் மனதில் படுகிறது. ஏனெனில் நாம் யாருடன் சென்று சண்டை இடலாம் என்று நினைக்கிறோமோ அந்நாட்டிலேயே வாழக்கூடிய நம் அரசரின் தலைமை ஒற்றன் அந்நாட்டின் பாதுகாப்பு பற்றி நம்மிடையே அச்சுப் பிறழாமல் எடுத்துரைத்தார். பின் நம் நாட்டின் கஜானாவில் இருக்கக்கூடிய பொருளாதார நிலையைப் பற்றி நம் அமைச்சர்களும், பிரதம மந்திரியும் எடுத்துரைத்தார்கள். இவை அனைத்தையும் கருத்தில்

கொண்டு பார்க்கையில், போரைத் தவிர்ப்பதே நல்லது என்று எனக்குத் தோன்றுகிறது துருவா. எது நமக்கு நல்லதோ அதைச் செய்வதே உசிதம். அதனால் கோபம் கொள்ளாதே" என்று துருவனுக்கு கோவிந்தன் எடுத்துரைத்தான்.

இவ்வாறு பேசிவிட்டு மீண்டும் மன்னரைப் பார்த்து, "தந்தையே, நம் சபையில் இருக்கும் பெரியோர்கள் பேசியதை வைத்து என் மனதில் தோன்றியதைக் கூறிவிட்டேன். மதுசூதனன் கூறியதுபோல் அவர் தக்க சமயம் வரும்போது சொல்கிறேன் என்று கூறுகிறார் அல்லவா, அந்தச் சமயத்திற்காக நாம் காத்திருக்கலாம் என்பதே என் கருத்து. 'வலியச் சென்று சண்டையிட வேண்டாம்' என்பதே என் உறுதியான எண்ணம். ராஷ்டிரகூட ராஜ்ஜியத்தின் நிலப்பரப்பை விரிவாக்க வேண்டும் என்பது சரிதான். ஆனால் அதற்கு முன்பு நம் மக்களையும் கருத்தில் கொள்ளவேண்டும் என்பதே என் நிலைப்பாடு" என்று கூறி, அவனுடைய ஆசனத்தில் அமர்ந்தான்.

இவ்வாறு சபையில் அனைவரும் அவரவர் கருத்தைக் கூறியபின், மன்னர் கிருஷ்ணன் அவருடைய இருக்கையிலிருந்து எழுந்து பேச ஆரம்பித்தார். "என் மக்களைப் பார்த்து எவ்வாறு நான் மகிழ்ச்சி கொள்கிறேன், அதேபோல்தான் இன்று இந்தச் சபையில் நடந்த உரையாடலைப் பார்த்து நான் பூரித்து இருக்கிறேன்.

என் சபையில் இருக்கும் அனைவருடைய எண்ண ஓட்டமும் நாட்டின் மேலும் நாட்டு மக்களின் மேலும் இருக்கிறது. நான் இல்லை என்றாலும் இந்நாட்டு மக்களுக்கு நன்மை பயக்கக்கூடிய வகையில் ராஜ்ஜியம் நடக்கும் என்பதை இன்று இந்தச் சபை எனக்கு எடுத்துரைத்துவிட்டது.

'போர் வேண்டாம், நாட்டு மக்களை நாம் பார்ப்போம்' என்று கூறியவர்களும், 'போர் செய்து நம் நாட்டை விஸ்தாரம் செய்வோம்' என்று கூறியவர்களும் எனக்கு ஒன்றாகத்தான் தெரிகிறீர்கள். ஏனெனில் இருவருக்கும் எண்ண ஓட்டம் ஒன்றுதான், தேசப்பற்று! இந்த ஒற்றைச் சிந்தனையை வெவ்வேறு விதமாகக் கூறியிருக்கிறீர்கள்.

இதிலிருந்து என்னுடைய எண்ண ஓட்டம் என்ன என்று நான் கூறுவதை விட, என் மகனும் இந்நாட்டின் இளவரசனான கோவிந்தன் அழகாகவும் ஆழமாகவும் எடுத்துவிட்டான். முதலில் நாம் நம் நாட்டில் உள்ள மக்களின் நலனையே பார்க்கவேண்டும். வீரத்தைக் காட்ட போர் செய்கிறேன் என்று நம் நாட்டை விட்டு வெளியே சென்று போர் செய்தோம்

என்றால் நாம் யாரை எதிர்க்கிறோம் அவரைவிட ஒரு அடியாவது மேலோங்கி இருக்கவேண்டும். அது படைகளிலோ அல்லது பொருளாதாரத்தில் மேலோங்கி இருக்கவேண்டும், அப்படி இருந்தால்தான் நெடுந்தூரம் சென்று படை நடத்தி வெற்றி பெற முடியும். இந்த இரண்டிலுமே நாம் சற்றுக் குறைவாகத்தான் இருக்கிறோம். அதனால் முதலில் நாம் மக்களின் பொருளாதார நிலையை உயர்த்திவிட்டால் ராஜ்ஜியத்தின் பொருளாதார நிலையும் உயர்ந்துவிடும்.

அங்கிருந்து நாம் ஆரம்பித்தால் நம் மதுசூதனன் கூறியதுபோல் தக்க சமயம் வரும்போது பல்லவர்களை நாம் தாக்கலாம். அதனால் இது சரியான தருணம் இல்லை என்பதை நாம் மனதில் ஏற்றிக்கொண்டு, தற்சமயம் இந்தப் போரைத் தவிர்ப்பதே நல்லது. இதுவே என்னுடைய முடிவு. மதுசூதனனிடமிருந்து மறுமொழி வரும் வரை நாம் காத்திருப்போம். இத்துடன் இந்தச் சபை முடிந்தது. பல்லவர்கள் மீது போர் வேண்டாம் என்பதையே ஒருமனதாக இந்தச் சபை முடிவு செய்கிறது" என்று மன்னர் கூற, அனைவரும் அதை ஆமோதித்து சபையில் இருந்து வெளியே கிளம்பினார்கள்.

துருவன் மற்றும் கோவிந்தனின் தோள் மேல் கை போட்டுக்கொண்டு மன்னர் கிருஷ்ணனும் அப்படியே நடந்து சபையை விட்டு வெளியே வந்து இருவரிடமும் ஏதோ பேசிக்கொண்டே மாளிகையை நோக்கி நடந்து சென்றார்.

இவ்வாறு 'பல்லவர்கள் மீது போர் தொடுக்கலாம்' என்று நினைத்த கிருஷ்ணனும் சபையைக் கூட்டிப் பேசி, 'போர் வேண்டாம்' என்ற முடிவுக்கு வந்தார்.

5. பூங்காற்றில் வியூகம்

காஞ்சிமா கடிகையில் சுவரன் மாறனும் அவன் குரு சங்கர நாராயணனும் மீண்டும் பேச ஆரம்பித்தார்கள்.

“குருவே, நீங்கள் சொல்வது போல் கண்டியூர் அரண்மனையில் மிக முக்கியமான ஆலோசனைக் கூட்டம்தான் நடந்தேறியது. மன்னர் நந்திவர்மன் கண்டியூருக்கு திடீர் விஜயம் செய்தது அங்கு ஒரு மிக முக்கிய ஆலோசனைக் கூட்டத்தை நடத்தத்தான்!

நம்மைச் சுற்றி இருக்கக்கூடிய அனைத்து நாடுகளுக்கும் நம் தேசத்தின் வளர்ச்சியைப் பார்த்தும், நம் தேசத்தின் மண்வளத்தைப் பார்த்தும் நம்முடன் போர் செய்து நம்மை வீழ்த்த வேண்டும் என்ற எண்ணம் இருக்கிறது. அப்படி நேரடியாகப் போர் செய்து நம்மை வீழ்த்த முடியவில்லை அல்லது முடியாது என்று தெரிந்த நாடுகள், பல்லவ தேசத்தில் ஏதேனும் சூழ்ச்சி செய்து அதை விட்டுவிடலாமா என்று எண்ணுகிறார்கள். அப்படித்தான் நம்மை அடிக்கடி சீண்டிப் பார்க்கக்கூடிய பாண்டிய தேசம் செய்து கொண்டிருக்கிறது. எச்சூழ்நிலையிலும் போர் மூளலாம் என்பதால் அதைப் பற்றி ஆலோசனை செய்யவே கண்டியூர் அரண்மனைக்கு வந்தார்.”

அங்கு என்ன நடந்தது என்னவென்றால்... கண்டியூர் அரண்மனைக்கு மன்னர் வந்திருக்கிறார் என்று செய்தி வந்த பிறகு அனைத்துத் தளபதிகளும், அமைச்சர் பெருமக்களும் கண்டியூருக்கு வந்தனர். மன்னர் வருகையினால் கண்டியூர் விழாக்கோலம் கொண்டிருந்தது. அரண்மனை என்றும் இல்லாத அளவு அன்று பரபரப்பாக இருந்தது. எப்பொழுதும் மன்னர் வந்தால் அரண்மனையின் உள்ளேதான் பரபரப்பாக இருக்கும். ஆனால் அன்று அரண்மனை முழுக்கவே பரபரப்பாகக் காணப்பட்டது.

மன்னர் மாளிகையினுள் மட்டுமில்லாமல், கோட்டை மற்றும் கண்டியூர் முழுக்க பவனி வந்து மக்களுடனும், அரசாங்க அதிகாரிகளுடனும் அளவளாவிக் கொண்டிருந்தார். மக்களிடையே அவர்களுடைய குறைகளைக் கேட்டறிந்தார். மன்னர் நந்திவர்மன் வருகிறார் என்று தெரிந்தவுடன் ஊர்களில் இருக்கும் தெருக்கள் எல்லாமே விழாக்கோலம் பூண்டது. கண்டியூரில் இருக்கக்கூடிய தெருக்கள் அனைத்திற்கும் ஒவ்வொரு காரணம் இருக்கிறது, ஒவ்வொரு சிறப்பும் இருக்கிறது.

இங்கு ஒவ்வொரு தெருவிலும் ஒவ்வொரு குடிமக்கள் வாழ்கின்றனர். அவர்களுடைய தொழிலை மையப்படுத்தி அவர்கள் ஒவ்வொரு தெருக்களிலும் இருக்கின்றனர். வேளாண் குடிகள், கால்நடை மேய்ச்சல் வேலைசெய்யும் குடிகள், மரவேலை செய்யும் குடிகள், இரும்புப் பட்டறை வைத்து நடத்தக்கூடியவர்கள் என ஒவ்வொருவருக்கும் ஒவ்வொரு தெரு இருந்தது. இந்தத் தெருக்கள் அனைத்திலுமே நம் மன்னர் நந்திவர்மன் மக்களை நேரடியாகச் சந்தித்து அன்று பேசி வந்தார்.

ஒவ்வொரு குடிக்கும் இருக்கக்கூடிய தலைவர்கள் மன்னரைச் சந்தித்துப் பேசினார்கள். அவர்கள் அனைவரும் மன்னருக்குப் பரிசுப் பொருள்கள் கொடுத்தார்கள். அந்தப் பரிசுப் பொருள்கள் எல்லாமே தத்தம் தெருவில் நடக்கக்கூடிய தொழிலை மையப்படுத்தியே இருந்தன. இதில் வேளாண் குடிகள் முளைப்பாரி, முதல் படி நெல்லும் மற்றும் தென்னம்பாளையையும் மன்னருக்குப் பரிசாக அளித்தார்கள். அதை மகிழ்ச்சியாகப் பெற்றுக்கொண்டார் மன்னர்.

மக்களையும் மக்களின் தலைவர்களையும் அந்தக் கண்டியூரில் கிராம சபைத் தலைவரையும் கோவிலுக்கு அழைத்து அனைவரிடமும் பேசினார். மன்னர் நந்திவர்ம

பல்லவன் அனைவரிடமும் "உங்களுக்கு ஏதேனும் குறைகள் இருக்கின்றனவா?" என்று கேட்டார்.

அப்பொழுது மக்கள், "மன்னா, நாங்கள் அனைவரும் இன்புற்று இருக்கிறோம். எந்தக் குறையும் இல்லை. ஆனால் நம் நாட்டின் மீது அந்நியர்களின் கண்பார்வை அதிகமாக இருக்கிறது என்பதே எங்களுக்கு மன வேதனையாக இருக்கிறது" என்று கூறினர்.

"நாம் யாரையும் துன்பப்படுத்தி வாழவில்லை. ஆனால் ஏன் நம்மை ஒடுக்க நினைக்கிறார்கள்? அவர்களுக்கு என்னதான் வேண்டுமாம்" என்று கிராம சபையின் தலைவர் மன்னரைப் பார்த்துக் கேட்டார்.

"முதலில் என் மக்கள் அனைவரும் சந்தோஷமாக இன்புற்று இருக்கிறீர்கள் என்பதைக் கேட்பதற்கே மன்னனாகிய எனக்கு ஆத்ம திருப்தியாக இருக்கிறது. நம் தேசம் இங்கு வாழும் மக்கள் ஒவ்வொருவராலும் உருவாக்கப்பட்ட தேசம். இங்கு இருக்கக்கூடிய மண் வளத்தையும் மனித வளத்தையும் பார்த்து நம்மைச் சுற்றி இருக்கக்கூடிய அண்டை தேசங்கள் நம் மீது போர் தொடுக்க விருப்பம் கொள்கின்றனர். அதில் எந்த ஒரு தவறும் இல்லை. 'காய்க்கும் மரம்தான் கல்லடிபடும்' என்ற ஒரு சொல் வழக்கு நம்மூரில் இருக்கிறதல்லவா! அதுதான் நம் பல்லவ தேசத்திற்கும். அண்டை தேசங்களில் தேசத்தின் தலைநகர் மட்டுமே செழிப்பாகவும், வளமாகவும் இருக்கிறது.

நம் தேசத்தில் அனைத்து நகரங்களுமே தலைநகரம் போல் செழித்து இருக்கின்றன. இங்கு வாழும் மக்கள் அனைவரும் ஒற்றுமையுடனும், நேசத்துடனும் இருக்கிறீர்கள். செல்வங்களைப் பகிர்ந்து பங்கிட்டு அனைவரும் ஒரே நிலையில் வாழ்கிறார்கள். இப்படி அனைவருக்கும் எல்லாம் கிடைக்கிறது, வறுமையால் ஒருவருமில்லை என்று நாம் வாழ்ந்து வருகிறோம் அல்லவா, அதுவே நமக்கு எதிரிகளை உருவாக்குகிறது.

முன் காலங்களில் போர் என்று நடந்தால், மக்களின் செல்வங்களாகக் கருதக்கூடிய கால்நடைகளைக் கவர்ந்து செல்வார்கள். மற்றும் ஊர் மரங்களை வெட்டிச் சாய்த்து விட்டு வெற்றி அடைந்துவிட்டோம் என்று சொல்வார்கள். ஆனால் இன்று யுத்தம் என்பது முற்றும் மாறிவிட்டது. எதிரி நாட்டின் மண் வளம், நீர்நிலைகள், பண்டாரம், உலோகம், மக்கள் இவைகளுக்காகவே போர்கள் நடக்கின்றன. இந்தப் போர்களில் இரண்டு பக்கமும் உயிர் இழப்பு இருந்தாலும், வெற்றி என்பதை நோக்கியே போர் நடக்கிறது.

காரணங்களுக்காகப் போர் நடக்கிறது என்றால், நம்மிடையே காரணங்கள் அனைத்தும் இருக்கிறதல்லவா. நம் தேசத்தில் நீங்கள் உழைத்து உருவாக்கிய மண் வளம், நீர் வளம், என் முன்னோர்கள், என் மகளும் நானும் சேர்ந்து உழைத்துச் சேமித்த பண்டாரம், வணிகம் செய்து வணிகம் மூலமாக நம் தேசத்தில் வந்த மிகச்சிறந்த உலோகங்கள், இறுதியாக எந்த நாட்டிலுமே கிடைக்காத அளவிற்கு பாசமும் ஞானமும் வீரமும் ஞாயிறு போல் பிரகாசமாக இருக்கக்கூடிய மதிநுட்பமும் கொண்ட என் மக்கள். இவை அனைத்துமே ஒரு குடைக்கீழ் — பல்லவ தேசம் என்ற குடைக்கீழ் இருக்கிறதல்லவா... அப்பொழுது எதிரிகள் போர் புரியத்தானே முற்படுவார்கள்?

நாம் வளர்கிறோம் என்பதே நமக்குத் தெரிய வருவது நமக்கு உருவாகும் எதிரிகள் மூலமாகத்தான். அதனால் அண்டை நாட்டில் இருந்து வரக்கூடிய சலசலப்புகள் எல்லாம் நினைத்து மன வருத்தம் கொள்ளாதீர்கள். நம் மனம் எப்பொழுதெல்லாம் செம்மையாக இருக்கிறதோ அப்பொழுதெல்லாம் நம் வாழ்வைச் சிறப்பாக அடுத்த அடியில் காலடி எடுத்து வைக்கக்கூடிய தருணம் அது. அதனால் மனதை எப்பொழுதுமே ஒருநிலைப்படுத்தி மகிழ்ச்சியாக இருங்கள். இந்த எதிரி நாட்டுச் சலசலப்பை நான் பார்த்துக் கொள்கிறேன். என்னை நீங்கள் பார்த்துக் கொள்வீர்கள் அல்லவா?" என்று நம் மன்னர் நந்திவர்மன் மக்களைப் பார்த்துக் கேட்டார்.

"நாங்கள் என்றுமே உங்களுடன்தான் இருப்போம் மன்னா! உங்களுக்காக எது வேண்டுமானாலும் செய்யத் துணிந்த மக்கள் நாங்கள்" என்று மக்களும் ஆனந்தமாக மன்னரைப் பார்த்துக் கூற, மன்னரும் மக்களின் பதிலைக் கேட்டு ஆனந்தம் அடைந்தார்.

இவ்வாறு அந்தக் கோவிலில் மன்னரும் மக்களும் பேசிக்கொண்டிருக்கையில் திருவையாற்றில் இருந்து வணிகக்குழு மன்னரின் வருகையைக் கேட்டு அங்கு வந்தது. மன்னருக்கு வணக்கம் தெரிவித்துவிட்டு, அந்தக் குழுவின் தலைவன், "மன்னருக்காக ஒரு பரிசு கொண்டு வந்திருக்கிறேன்" என்று கூறி, சிவப்பு நிறப் பட்டு போர்த்திய ஒரு தங்கத் தாம்பாளத்தை மன்னரிடம் நீட்டினான். அதைப் பார்த்த மன்னர் நந்திவர்மன் அந்தச் சிவப்பு நிறப் பட்டுத் துணியை எடுத்துவிட்டு உள்ளே இருக்கக்கூடிய பரிசுப் பொருளைப் பார்த்தார். அது அப்படி சூரிய வெளிச்சத்தில் 'தக தக'வென்று மின்னியது. ஒரு நிமிடம் அனைவருக்கும் அது என்ன என்பது

புரியவே இல்லை. அந்தத் தங்கத் தாம்பாளத்தில் இருப்பது ஒரு உள்ளங்கை அளவிற்கு இருக்கக்கூடிய பச்சை மரகதம் பதித்த ஒரு பதக்கம். கூடவே, இதுவரை எவருமே கண்டிராத அளவிற்கு ஒரு பெரிய நாக மாணிக்கமும் இருந்தது.

அந்த இரண்டையும் கையால் தொட்டு விட்டு, "உங்கள் அன்புக்கும் பரிசுக்கும் நன்றி" என்று கூறி மன்னர் நந்திவர்மன் அதை ஏற்றுக்கொண்டார். அதைக் கையில் வாங்கி கண்டியூர் ஹரசாப விமோசனப் பெருமாள் கோவில் பட்டரை அழைத்து, "நாக மாணிக்கத்தை பெருமாளின் தலை கிரீடத்தில் பதித்து தினமும் அந்தக் கிரீடத்தை பெருமாளுக்குச் சூட்டுங்கள்" என்று அந்த நாக மாணிக்கத்தை பட்டரிடம் கொடுத்தார்.

பின் தளபதி உதயசந்திரனை அழைத்து, "அந்த மரகதம் பதித்த தங்கச் சங்கிலியை தில்லையில் இருக்கக்கூடிய ஆனந்த நடனமாடிக் கொண்டிருக்கும் நடராஜப்பெருமானுக்குச் சூட்டுங்கள்" என்று கொடுத்தார். தளபதி உதய சந்திரனும் அதைக் கையில் வாங்கி கண்ணில் ஒற்றிக்கொண்டு, "இதோ இப்பொழுதே கிளம்புகிறேன். இன்றைய அர்த்தஜாம பூஜையின் பொழுது இது தில்லை நடராஜப் பெருமானிடம் சேர்ந்துவிடும்" என்று மிகுந்த ஆனந்தத்துடன் கிளம்பினார்.

புறப்பட்டவரை நிறுத்தி, "திருவையாற்றில் இருந்து கொள்ளிடம் ஆறு வழியே நம் நீர் வழித்தடத்தை உபயோகப்படுத்தி நீங்கள் பயணியுங்கள். இந்த கொள்ளிடம் ஆற்றின் வழியே நாம் தில்லைக்கு சற்று தூரம் வரை செல்ல முடியும் அல்லவா?" என்று மன்னர் கேட்டார்.

"ஆம் மன்னா, கொள்ளிடம் ஆற்று வழியே தில்லைக்கு அருகே இருக்கக்கூடிய வல்லம்படுகை வரைக்கும் செல்ல முடியும். அங்கிருந்து வல்லம்படுகையில் இருக்கக்கூடிய கடிகையில் இருந்து குதிரையைப் பெற்றுக்கொண்டு தில்லையை நோக்கி பயணப்படுகிறேன்" என்று கூறினார்.

பின் உதயசந்திரனை அழைத்து, அவர் காதில் ஏதோ ஒன்று கூறி அனுப்பி வைத்தார். "அப்படியே ஆகட்டும்" என்று சொல்லிவிட்டு, உதயசந்திரன் அந்த இடத்திலிருந்து கிளம்பி திருவையாறு நோக்கி பயணிக்க ஆரம்பித்தார்.

அவர் சென்ற பின், மக்களிடம் மன்னர் சிறிது நேரம் பேசிவிட்டு, ஹரசாப விமோசனப் பெருமாளை மக்களுடன் சேர்ந்து வணங்கிவிட்டு மக்களிடம் இருந்து விடைபெற்று மாளிகைக்குச் சென்றார்.

மாளிகைக்குச் செல்லும் வழியில் கோட்டையினுள் போர் ஆயுதங்கள் செய்யக்கூடிய பட்டறைக்குச் சென்று அங்கு வேலை செய்யக்கூடிய ஆட்களை எல்லாம் பார்த்துப் பேசிவிட்டு, அவர்களுக்கு நிலங்கள் தானம் செய்தார்.

அதேபோல் "பல்லவ தேசத்தில் இருக்கக்கூடிய அனைத்து ஆயுதப்படைகளிலும் வேலை செய்யக்கூடிய மக்களுக்கு ராஜ்யத்திலிருந்து தினமும் மூன்று வேளையும் உடல் சூட்டைத் தணிக்கும் வகையில் உணவு தரவேண்டும்" என்று ஒரு ஆணை பிறப்பித்தார். "போர் வீரர்களை நாம் எவ்வாறு கவனிக்கிறோம், அதே கவனிப்பு போர் வீரர்களுக்கு உறுதுணையாக இருக்கக்கூடிய ஆயுதங்களைத் தயாரிக்கும் மக்களுக்கும் நாம் தரவேண்டும். அதனால் இதை உடனே அரசாணையாக ஆக்கி அனைத்து நகரங்களில் இருக்கக்கூடிய கோவில்களில் கல்வெட்டாகப் பதியுங்கள்" என்று ஓலை நாயகத்தை அழைத்துச் சொன்னார் அரசர் நந்திவர்மன்.

அதைக் கேட்டு அப்படியே ஓலை நாயகம் அவருடைய ஓலையில் எழுதிக் கொண்டு அமைச்சரான நாக சர்ம பிரம்மாதிராஜன் கையொப்பம் பெற்று, மன்னரிடம் ஒப்புதல் வாங்கிக் கொண்டார். பின்னர் அங்கிருந்து நகர்ந்து நேராக மாளிகையினுள் சென்றார்.

கண்டியூரில் இருந்து கிளம்பி திருவையாறு சென்று அங்கிருந்து தில்லைக்கு கொள்ளிடம் வழியே சென்ற நம் தளபதி உதயசந்திரன் தில்லையைச் சென்றடைந்து நடராஜப்பெருமானுக்கு அந்தப் பச்சை மரகதம் பதித்த பதக்கச் சங்கிலியை அளித்தார். ஆனந்தக் கூத்தரின் திருநடனத்தைப் பார்த்து மெய்மறந்து, நெஞ்சம் உருகி,

'திருச்சிற்றம்பலம்! திருச்சிற்றம்பலம்! திருச்சிற்றம்பலம்!' என்று கூறி,

'குனித்த புருவமும், கொவ்வைச் செவ்வாயில் குமிண் சிரிப்பும்,
பனித்த சடையும், பவளம் போல் மேனியில் பால் வெண் நீறும்,
இனித்தம் உடைய எடுத்த பொன்பாதமும் காணப் பெற்றால்
மனி(த்)தப் பிறவியும் வேண்டுவதே, இந்த மா நிலத்தே!'

என்று திருநாவுக்கரசர் அருளிய தேவாரப் பாடலைப் பாடி நெஞ்சுருகி நின்றார். அந்தப் பதக்கச் சங்கிலி நடராஜப்

பெருமானிடம் சேர்ந்தது. இவர் தேவாரம் பாடி முடித்தபின் நடராஜப் பெருமானுக்குப் பூஜை செய்யும் பூஜைக்காரர்கள் ருத்ரம் சமகம் கூற ஆனந்தக் கூத்தனுக்கு தீபாராதனை காட்டப்பட்டது. அந்த தீபத்தின் ஒளி பச்சை மரகதத்தில் படும்பொழுது நடராஜப் பெருமானே தீப ஒளி வடிவாக நமக்குக் காட்சி தருகிறார் என்று தோன்றும் அளவிற்கு, அந்த தீப ஒளி இருந்ததாம். மனம் உருகி அவரிடம் ‘அபயம் அபயம்’ என்று நிற்கும் மக்களுக்கு, ‘நான் இருக்கிறேன், எதற்கும் கவலைப்படாதே’ என்பதுபோல் அவருடைய அபயமுத்திரை கூறியது. உடம்பில் இருக்கும் எடை குறைந்து காற்றில் மிதப்பது போல் இருந்ததாம் நம் தளபதி உதய சந்திரனுக்கு. தீபாராதனை முடிந்த பின் விபூதி பிரசாதம் வாங்கி நெற்றியில் பூசிக்கொண்டு, கோவிலின் மடப்பள்ளிக்குச் சென்று சம்பா வாங்கி சாப்பிட்டுவிட்டு வெளியே வந்தார். வெளியே பார்த்தால் அவர் ரதத்தில் பத்துப் பேர் ஒன்றாக இரும்புச் சங்கிலியால் பிணைக்கப்பட்டு இருந்தனர்.

அவர்களைப் பார்த்து, “தில்லை கோபுர தரிசனம் ஆயிற்றா? வாருங்கள், நாம் மன்னரைப் போய்ப் பார்க்கலாம்” என்று கூறி, குதிரைக்கு வைத்திருக்கும் குச்சியை எடுத்து அனைவரையும் ஒரு சாத்து சாத்திவிட்டு தேரில் ஏறி மீண்டும் வல்லம்படுகை நோக்கி ஓடிவந்தார்.

வல்லம்படுகையில் இருக்கும் கடிகைக்கு வந்து அங்கே அவருடைய ரதத்தை விட்டு விட்டு, கொள்ளிடக் கரையில் இருக்கும் படகில் இந்தப் பத்துப் பேருடன் ஏறி, திருவையாறு பயணப்பட்டார். படகில் பயணிக்கும் பொழுது கைது செய்யப்பட்ட இந்தப் பத்துப் பேரும் ஏதேனும் சச்சரவு செய்து தப்பித்துவிடலாம் என்று முடிவு செய்து, படகில் அமர்ந்து இருந்தவர்கள் எழுந்து நின்று உதயசந்திரனிடம் வாக்குவாதம் செய்ய ஆரம்பித்தனர். இந்த வாக்குவாதத்தைச் சற்றும் பொருட்படுத்தாத நம் தளபதி அவர் இடுப்பில் சுற்றி வைத்திருந்த சாட்டையை எடுத்து ஒரு சுழற்று சுழற்றி, பத்துப் பேர் மேலும் படும் அளவிற்கு விளாசினார். அந்த சாட்டை விளாசலில் இந்தப் படகில் இருந்து தப்பிக்க வேண்டும் என்ற எண்ணத்தையே விட்டுவிட்ட கைதிகள் அமைதியாக மீண்டும் தத்தம் இடத்தில் அமர்ந்தனர்.

கொள்ளிடம் ஆற்றின் வழியே திருவையாற்றை அடைந்த தளபதி, அங்கிருந்து மீண்டும் இரண்டு குதிரை பூட்டிய ரதத்தில் இந்தக் கைதிகளையும் நினைத்து அதிவேகமாக கண்டியூர் கோட்டைக்கு வந்தடைந்தார்.

வந்தவர் நேராக மன்னரைப் போய்ப் பார்க்காமல், கோட்டைக் காவலரை அழைத்து, "இந்த ஓலையை மன்னரிடம் கொடுத்துவிடுங்கள்" என்று ஒரு ஓலையைக் கொடுத்தார்.

பின் அவருடன் வந்த அந்தக் கைதிகளை அழைத்துக்கொண்டு யானைகளைக் கட்டி வைக்கும் தொழுவத்திற்குச் சென்றார். அங்கு யானைகளுக்காகக் கரும்புகள் அடுக்கி வைக்கப்பட்டிருந்தன. அந்தக் கரும்புகளை தரையிலிருந்து நான்கு அடி உயரத்திற்கு அடுக்கி வைத்திருந்தார்கள். இவர் அழைத்து வந்த அந்தக் கைதிகளை இந்தக் கரும்பின் மேல் ஏறி அமரச் சொன்னார். அவர்களும் தட்டுத்தடுமாறி இந்தக் கரும்பின் மேல் ஏறி அமர்ந்தனர். அமர்ந்த பின் அங்கே இருந்த யானைப் பாகனையும் அழைத்து, "இருபது வீரர்களை வரச்சொல்" என்று கட்டளையிட்டார். அந்த யானைப் பாகன் நேராக கோட்டைக் காவலில் இருக்கக்கூடிய ஒரு வீரனிடம் சென்று இந்தச் செய்தியைச் சொல்ல, அந்த வீரனும் கோட்டைக் காவலர் அலுவலகத்துக்குச் சென்று, "இன்னும் தளபதி உதயசந்திரன் அவர்கள் இருபது வீரர்களை யானைத் தொழுவத்திற்கு வரச்சொன்னார்" என்ற செய்தியை கோட்டைக் காவல் தளபதியிடம் கூறினான்.

தளபதி உதயசந்திரன் கோட்டையினுள் வந்துவிட்டார் என்ற செய்தியைக் கேட்டு, கோட்டைக் காவலில் இருந்த தளபதி அதிரன் புல்லன் பத்தொன்பது வீரர்களை அழைத்துக்கொண்டு நேராக யானை கட்டி இருக்கக்கூடிய தொழுவத்திற்கு வந்து தளபதி உதய சந்திரனுக்கு வணக்கம் சொல்லிவிட்டு, "என்ன விஷயம்?" என்று கேட்டார். உதயசந்திரன் கரும்பின் மேல் இருக்கக்கூடிய கைதிகளைக் காட்டி,

"இவர்கள் இன்று இரவு முழுக்க கரும்பின் மேல்தான் அமர்ந்து இருக்க வேண்டும். இதில் எவரேனும் ஒருவர் எழுந்து நின்றாலோ அல்லது இறங்கினாலும் இவர்கள் அனைவருக்கும் தலா பத்து பிரம்படி அவர்களின் பிருஷ்டத்தில் கொடுங்கள். அதற்குப்பின் அவர்கள் மீண்டும் கரும்பின் மேல்தான் உட்கார்ந்து இருக்க வேண்டும். இதில் எவரேனும் அமர்ந்து தூங்கினாலும் இதே தண்டனைதான். நீங்கள் அனைவரும் இவர்கள் சரிவர அமர்ந்து இருக்கிறார்களா என்று பார்த்து அமராதவர்களுக்கு தண்டனை கொடுங்கள். நாளை காலை நான் வந்து இவர்களை மன்னரிடம் அழைத்துச் செல்கிறேன். நான் வரும்வரை இவர்களுக்கு இந்த தண்டனை தொடர்ந்து நடந்து கொண்டிருக்க வேண்டும்" என்று கூறினார்.

இவ்வாறு உதயசந்திரன் சொல்லி நிறுத்திய தருணத்தில், "ஐயா, எறும்பு கடிக்கிறது, என்னால் அமர இயலவில்லை" என்று ஒரு கைதி கூச்சலிட, அதைச் சற்றும் காதில் ஏற்றுக் கொள்ளாமல் அதிரன் புல்லனைப் பார்த்து, "இவர்கள் உன் பொறுப்பு" என்று கூறி யானை கட்டும் தொழுவத்தில் இருந்து நகர்ந்து, தளபதி மாளிகையை நோக்கிச் சென்றார்.

மாளிகையை நோக்கி தளபதி உதயசந்திரன் சென்ற நேரம் மன்னர் நந்திவர்மனிடம் அந்தக் கோட்டைக் காவலன் சென்று ஓலையைக் கொடுத்தார்.

நந்திவர்ம பல்லவர் அந்த ஓலையை வாங்கிப் படித்துவிட்டு மிகவும் வியப்படைந்தார். அந்த வியப்புடன் வாய்விட்டு 'கலகல'வென்று சிரித்தார். இவரின் சிரிப்பொலி நிசப்தமாக இருந்த மாளிகைக்கு உயிர் கொடுத்தது போல் இருந்தது. மன்னர் திடீரென்று இப்படிச் சிரிக்கிறாரே என்று பார்ப்பதற்கு மாளிகையில் இருக்கக்கூடிய காவலாளிகளும் வேலையாட்களும் மன்னரின் அறையை நோக்கி வந்துவிட்டார்கள்.

இவர்கள் அனைவரும் அறையின் வாயில் அருகே இருப்பதைப் பார்த்துவிட்டு மன்னர் சிரிப்பதைச் சற்றும் குறைக்காமல், அவர்களிடம் சென்று சிரித்துக்கொண்டே கையில் சைகை காட்டி, "என்ன விஷயம்?" என்று கேட்டார்.

அங்கிருந்த ஒரு காவல் வீரன், "நீங்கள் திடீரென்று இவ்வாறு சிரித்தது எங்களுக்கெல்லாம் வியப்பாக இருந்தது. அதனால் உங்களைக் காண ஓடி வந்தோம்" என்று கூறினார்.

சிரிப்பதை நிறுத்திவிட்டு, "மன்னர் அனைவரையும் பார்த்துச் சிரிப்பது உடலுக்கு ஆரோக்கியமான விஷயம். முகம் என்றுமே பொலிவாக இருக்கும். எப்பொழுதும் சுற்றம் சூழ நாம் இருப்போம். நம்மால் அனைவருக்கும் மகிழ்ச்சியும் கிடைக்கும். இப்படியிருக்க நான் வாய்விட்டுச் சிரித்தால் என்னைச் சுற்றியிருக்கும் நீங்கள் அலறி அடித்துக்கொண்டு ஓடி வருவீர்கள்" என்றார் மன்னர்.

இதைக் கேட்டு அனைவரும் வாயடைத்துப் போய் நின்றார்கள். உடனே மன்னர், "அனைவரும் இவ்வாறு அமைதியாக இருக்காதீர்கள். இப்பொழுது நாம் ஒன்றாக வாய் விட்டுச் சிரிப்போம். நான் ஏன் என் அறையில் இவ்வாறு சிரித்தேன் என்பதை நாளை சபையில் சொல்கிறேன்" என்றார்.

மன்னரிடம் பேசிய அந்த வீரனை அழைத்து, "நீ நம் சமையலறைக்குச் சென்று ஒரு தாம்பாளமும் கரண்டியும் எடுத்து வா" என்றார்.

அவர் சொன்ன உடனேயே அவன் சிட்டாய்ப் பறந்து சமையலறையிலிருந்து தாம்பாளமும் கரண்டியும் எடுத்து வந்தான். அவனிடமிருந்து அதை வாங்கி தாம்பாளத்தில் கரண்டியைத் திருப்பி வைத்துத் தட்டினார். தட்டியவுடன் 'டங்கு' என ஒரு ஓசை வந்தது.

"இந்த ஓசையை எல்லோரும் கேட்டீர்களா? இதுதான் நான் உங்களுக்குத் தரக்கூடிய ஓசை. இதைக் கேட்ட உடனேயே நாம் அனைவரும் சேர்ந்து சிரிக்க வேண்டும், சரியா? இதில் ஒரு முக்கியமான விஷயமும் இருக்கிறது. மறு ஓசை வரும் வரை அனைவரும் சிரிக்க வேண்டும்" என்று கூறி தாம்பாளத்தை மேல் உயர்த்தி கரண்டியால் ஓங்கி அடித்தார். அடித்த மறுகணமே 'டங்கு' என ஒரு ஓசை வந்தது. அந்த ஓசை வந்தவுடனேயே மாளிகையில் வெறும் சிரிப்புச் சத்தம் மட்டும்தான் கேட்டது.

இதற்கு முன் இதே போல் அந்த கண்டியூர் சிரிப்பொலியைக் கேட்டிருக்காது. அப்படி ஒரு ஆனந்தம் கண்டியூர் முழுக்கப் பரவும் வகையில் இங்கு இந்த மாளிகையில் மன்னரும் மன்னரின் அதிகாரிகளும் வேலையாட்களும் வீரர்களும் என அனைவரும் சிரித்தனர். மாளிகையே சிரித்தது என்று சொல்லுமளவிற்கு ஒரே சிரிப்பு ஓசைதான். இவர்கள் அனைவரும் இப்படிச் சிரிப்பதை வெளியே இருந்து கேட்ட காவல் வீரர்களும் 'ஏன் இப்படிச் சிரிக்கிறார்கள்?' என்று சிந்தித்துக் கொண்டிருந்த தருணத்தில், உள்ளிருந்து ஒரு வீரன் வந்து, "இந்தத் தாம்பாளத்தில் இருந்து ஓசை வந்தால் உடனே சிரிக்க ஆரம்பியுங்கள்" என்று கூற, அவர்களும் தாம்பாளத்தில் ஓசையைக் கேட்டுவிட்டு சிரிக்க ஆரம்பித்துவிட்டார்கள் கோட்டை முழுக்க ஏறக்குறைய ஒரு நாழிகைக்கு வெறும் சிரிப்பொலி மட்டும்தான். அனைவரது மனமும் காற்றில் பறக்கக்கூடிய பட்டுத் துணி போல் மென்மையாக ஆகிவிட்டது. மனதில் இருக்கக்கூடிய கோபம், வருத்தம் அனைத்தும் மாறி முகம் சாந்தமாக ஆகிவிட்டது. இப்படிச் சிரித்துக்கொண்டே இருந்த தருணத்தில் மீண்டும் மன்னர் தாம்பாளத்தில் ஓசை எழுப்பினார். அந்த ஓசை வந்தவுடன் அனைவரும் அமைதியானார்கள்.

மன்னர் அனைவரையும் பார்த்து, "உங்கள் மனம் எப்படி இருக்கிறது? உங்கள் முகத்தில் இருக்கக்கூடிய பொலிவைப் பாருங்கள். அதனால் அனைவரும் தினமும் காலையில் சிறிது நேரமும் மாலையில் சிறிது நேரமும் வாய்விட்டுச் சிரியுங்கள்" என்று கூறி, "அவரவர் அவரவர் வேலையைப் பார்க்கச்

செல்லுங்கள்" என்றார். அங்கு மாளிகை முழுக்க மகிழ்ச்சி அலை வீசி இரவு உணவருந்திவிட்டு மாளிகையும் உறங்கச் சென்றது.

இந்தச் சிரிப்பொலியைக் கேட்டுக்கொண்டே தளபதி உதயசந்திரன் அவருடைய மாளிகைக்குச் சென்று உணவருந்திவிட்டு, உப தளபதியாக இருக்கக்கூடிய தன்மகன் அவனி சந்திரனிடம் பேசிவிட்டு உறங்கச் சென்றார்.

இப்படி அனைவரும் உறங்கினாலும், காலச் சக்கரம் மட்டும் உறங்காமல் சுற்றிக் கொண்டே இருந்தது.

காலைக் கதிரவனின் முதல் கதிர் புல்லின் மேல் ஒட்டி இருக்கக்கூடிய ஒரு பனித்துளியில் பட்டு, அந்தப் பனித்துளியில் பட்டதால் சூரியக்கதிர் உயிர் கிடைத்து அப்படியே ஒரு சிட்டுக்குருவிக் கூட்டில் இருக்கக்கூடிய குஞ்சுக் குருவியின் கண்ணில் பட, அந்தக் கதிரின் சூடு தாங்க முடியாமல் கூட்டில் இருக்கும் குஞ்சுக் குருவி சத்தமிட, குஞ்சுக் குருவியின் ஓசை கேட்டு சேவல் கத்த, சேவல் கத்தும் சத்தம் கேட்டு காக்கைகள் அதன் கூட்டை விட்டுப் பறந்தன. காக்கை சத்தமிட்டுக் கொண்டு பறப்பதைப் பார்த்து, குயில்களும் கூவ ஆரம்பித்தன. இத்தனை ரீங்காரங்களும் மாளிகையில் இருக்கக்கூடிய நந்தவனத்தில் கேட்டது.

இவை அனைத்தையும் கேட்டுக்கொண்டு மன்னர் தூக்கத்திலிருந்து எழுந்தார். எழுந்து சூரியனைப் பார்த்து வணங்கிவிட்டு, நேராக மாளிகையின் பின்னால் இருக்கக்கூடிய ஆற்றுக்குச் சென்று குளித்து காலைக்கடன்களை முடித்துவிட்டு மாளிகையினுள் வந்தார். வந்து பூஜை அறைக்குச் சென்று இறைவனை வணங்கிவிட்டு, நெற்றியில் திருநீறு இட்டு மீண்டும் சூரியனை வணங்கினார். பின் அவருக்கு காலை நீராகாரமும் மிளகுத் துவையலும் கொடுக்கப்பட்டன. அதைப் பருகிவிட்டு தளபதி உதயசந்திரனைக் காண அவருடைய மாளிகைக்குக் கிளம்பிச் சென்றார்.

சென்றவர், நேராக தளபதியின் மாளிகைக்குச் சென்று வாயில் காப்பாளனை அழைத்து, "மன்னர் வந்திருக்கிறேன் என்று தளபதியிடம் கூறுங்கள்" என்று சொல்லிவிட்டு, தளபதியைக் காண வருவோர் காத்திருக்கும் அறையில் அமர்ந்திருந்தார்.

உதயசந்திரன் காலையில் எழுந்து காலைக்கடன்களை முடித்துவிட்டு நெற்றியில் திருநீறிட்டு பூஜை அறையில் பூஜை செய்து கொண்டிருந்தார். அவர் பூஜை முடிக்கும்வரை

மன்னர் வந்திருக்கிறார் என்ற செய்தியைச் சொல்ல வந்த வீரன் அமைதியாக பூஜை அறை வாசலில் நின்றுகொண்டு இருந்தான்.

பூஜை முடிந்தவுடன் அந்த வீரன் வந்திருக்கிறான் என்பதை அறிந்துகொண்டு உதயசந்திரன் பூஜை அறையில் இருந்து வெளியே வந்து தீபாராதனைத் தட்டை நீட்டி அந்த வீரனை தீபாராதனை எடுத்துக்கொள்ளச் சொல்லி, விபூதியும் எடுத்து இட்டுக் கொள்ளும்படி சொன்னார். அதன்பின் "என்ன விஷயம்?" என்று அந்த வீரனைக் கேட்டார். "தளபதியாரே, உங்களைக் காண மன்னர் வந்திருக்கிறார். மாளிகையில் காத்திருப்போர் அறையில் அமர்ந்து இருக்கிறார்" என்று வந்த வீரன் கூற,

சற்றும் தாமதிக்காமல் கீழே இருந்த அங்கவஸ்திரத்தை எடுத்து மேலே போர்த்திக்கொண்டு மன்னர் இருக்கும் அறையை நோக்கி வேகமாக நடந்து சென்று மன்னரைப் பார்த்து வணக்கம் சொன்னார்.

"மன்னா, நீங்கள் நேரடியாகவே என் மாளிகைக்குள் வந்திருக்கலாமே" என்று தளபதியார் கேட்க,

"தளபதி உதயசந்திரன் அவர்களே, ஒவ்வொரு மனிதனுக்கும் காலைப்பொழுது என்பது மிக முக்கியமான ஒன்று. கதிரவனின் கதிர் நம் மேல் படும் பொழுது வானில் என்னென்ன ஜாலங்கள் நடக்கிறதோ, அது அனைத்தும் நம்முள்ளும் நடக்கும். அந்தப் பொழுதில் ஒருவரை நாம் தொந்தரவு செய்வது என்பது ஏற்றுக்கொள்ள முடியாத ஒன்று. அத்துடன் மன்னருக்கு மட்டும்தான் இத்தனை மரியாதையும், மன்னரைக் காண வந்தவர்களை நேரடியாக மன்னரிடம் அனுப்ப முடியாது என்பதெல்லாம் என் ராஜ்யத்தில் இருக்கக் கூடாது. மன்னருக்கு எவ்வாறு நேரமும் பொழுதும் இருக்கிறதோ, அதேதான் ஒவ்வொரு பிரஜைக்கும் இருக்கிறது. அதனால் நான் யாரைக் காணச் சென்றாலும் அவர்களுடைய நேரத்தைப் பொறுத்தே சென்று பார்த்து வருகிறேன். இதை ஒரு வழக்கமாகவே வைத்திருக்கிறேன். அதுவும் நீங்கள் என் தேசத்தை இருகையாலும் தூக்கிச் சுமக்கும் தலைமைத் தளபதி அல்லவா? நீங்கள் ஏதேனும் வேலையில் இருக்கலாம் இல்லையேல் நம் படையை முன்னகர்த்த ஏதேனும் வியூகங்களை வகுத்துக்கொண்டு இருக்கலாம். அப்படி இருக்கையில் உங்களை ஒரு நொடிகூட நான் தொந்தரவு செய்யக்கூடாது அல்லவா? அதற்காகத்தான்

ஒரு வீரனை அழைத்து நான் வந்த செய்தியை உங்களிடம் கூறச் சொன்னேன். எனக்குத் தெரியும், நீங்கள் காலைப் பொழுதில் உங்களுடைய வேலைகளை முடித்துவிட்டு இறைவனுக்கு பூஜை செய்து விட்டுத்தான் உங்கள் நாளினைத் துவங்குவீர்கள் என்று. அதனால் பூஜை நேரத்தில் உங்களைத் தொந்தரவு செய்துவிட்டேனே என்று நினைத்துக்கொண்டுதான் இங்கு அமர்ந்துகொண்டு இருந்தேன்" என்றார் மன்னன்.

இதைக் கேட்டு, "ஆஹா, இப்படி ஒரு மன்னர் இந்த தேசத்திற்குக் கிடைத்தது நாங்கள் அனைவரும் செய்த புண்ணியம்தான். தன் நேரம் போலவே சாதாரணப் பிரஜைக்கும் அவனுடைய நேரத்திற்கு மரியாதை தரவேண்டும் என்று நினைக்கக்கூடிய மன்னரை நான் இன்றுதான் என் வாழ்நாளில் பார்க்கிறேன். உங்களிடமிருந்து இதை நான் கற்றுக் கொள்ளத்தான் வேண்டும். ஒவ்வொரு மனிதனுக்கும் இந்த குணம் மிகவும் முக்கியமானது என்பதை நீங்கள் எனக்கு இன்று காலை கூறியிருக்கிறீர்கள். இது என் வாழ்நாளில் மிக முக்கியமான பாடம்" என்று உதயசந்திரன் கூற,

மன்னர் சிரித்துவிட்டு, "அதெல்லாம் இருக்கட்டும், நேற்று எனக்கு ஒரு ஓலை அனுப்பி இருந்தீர்களே... நீங்கள் எழுதிய வாக்கியத்தைப் படித்துவிட்டு நான் வாய்விட்டுச் சிரித்துவிட்டேன். எப்படி இவர்களைக் கண்டறிந்தார்கள்?" என்று மன்னர் கேட்டார்.

"மன்னா, நான் கண்டியூரில் இருந்து என் ரதத்தை எடுத்துக்கொண்டு திருவையாறு செல்லும் வழியில் வேகமாகச் சென்று கொண்டிருந்தேன். அப்படிச் சென்று கொண்டிருக்கும் பொழுது என் ரதத்தைக் கவிழ வைக்க இரண்டு பனை மரங்களுக்கு நடுவே பிரிக் கயிறுகள் கட்டி வைக்கப்பட்டிருந்தது. இதை நான் தூர இருந்தே பார்த்துவிட்டேன். இதைப்போல் நம் ரதத்தைக் கவிழ்க்க யாரேனும் பொறி வைத்து இருந்தால் அதை எதிர்கொள்ளவே காஞ்சிமா கடிகையில் நம் சங்கரநாராயணன் அவர்களால் கண்டுபிடிக்கப்பட்ட ஒரு ஆயுதம் ரதத்தில் வைக்கப்பட்டிருக்கிறது. இது உங்களுக்கும் தெரியும் என்று நினைக்கிறேன் மன்னா. அந்த ஆயுதத்தை வெளியே எடுக்க ரதத்தைச் செலுத்தும் இடத்தில் இருக்கக்கூடிய பொத்தானை அமர்த்தினேன், அத்தருணம் குதிரை கட்டி இருக்கக்கூடிய வலது இடது புறமாக இருக்கும் கட்டையிலிருந்து பெரிய அரிவாள் போல ஒரு ஆயுதம் கீழே விழுந்தது. அது குதிரை போகும் வேகத்தில் குதிரையின் முன்சென்று கட்டியிருந்த கயிறை வெட்டியது. அது அவ்வாறு வெட்டவும் நான்

அந்தப் பொறியில் இருந்து தப்பித்து வல்லம்படுகை நோக்கிச் சென்றேன். அப்படிச் சென்று கொண்டிருக்கும் பொழுது ஓரிடத்தில் நிறுத்தி இளநீர் குடித்தேன். நான் அடிக்கடி சென்று கொண்டிருக்கக்கூடிய வழி அது. ஆனால் நேற்றுதான் அந்த இடத்தில் புதிதாக சில மனிதர்களைப் பார்த்தேன். அவர்கள் என்னைப் பார்த்தவுடனே பதைபதைத்து முகம் வியர்த்துக் கொட்ட ஆரம்பித்தது. பின் அவர்களுக்குள்ளேயே இவன் எவ்வாறு தப்பித்தான் என்பது போல் ஜாடை காட்டிக் கொண்டிருந்தனர். அத்தருணத்தில்தான் நான் இளநீர் குடித்துக் கொண்டிருந்தேன், நான் தலையைத் தூக்கி இளநீர் குடிக்க, எங்கிருந்தோ வந்த ஒரு அம்பு என் கழுத்தின் ஓரமாகப் படுவதுபோல் ஆனால் படாமல் ‘விர்’ என்று சென்றது. அது நேராக ஒரு தென்னை மரத்தில் சொருகி நின்றது.

அப்போது என்னைச் சுற்றி நான்கு பேர் நின்று கொண்டிருந்தார்கள், ‘என்ன வேண்டும் உங்களுக்கு?’ என்று கேட்டதற்கு, உடனே நால்வரும் அவர்கள் இடுப்பில் இருந்து வாளை உருவினர். அதைப் பார்த்தவுடனேயே தெரிந்துவிட்டது இவர்கள் நம் நாட்டவர் இல்லை என்பது. அத்துடன் இவர்களுடன் வாளில் பேசினால் போதும் என்று என் மனதில் பட்டது. ஏனெனில் இவர்கள் உயிருடன் பிடிபட்டால்தான் இவர் எந்த நாட்டவர் என்பது தெரியும். அதனால் என் இடுப்பில் சொருகி வைத்திருந்த கசையை எடுத்து வேகமாகச் சுழற்றி அவர்கள் கால்களைத் தாக்கினேன். என் தாக்குதலைச் சற்றும் எதிர்பார்க்காதவர்கள் சரிந்து விழுந்தனர். அவர்களைக் காப்பாற்ற மேலும் ஆறு வீரர்கள் வந்தார்கள். அவர்களையும் இதே கசையால் தாக்க முற்பட்டு, நால்வரைச் சரித்துவிட்டேன். மீதி இரண்டு பேரைச் சிலம்பம் ஆடி வீழ்த்திக் கயிற்றில் கட்டி தில்லை வரை அழைத்துச் சென்று மீண்டும் நம் மாளிகைக்கு அழைத்து வந்துவிட்டேன் மன்னா” என்று கூறினார்.

“நல்லது, இவர்கள் யார் என்று உங்களுக்குத் தெரிந்ததா?” என்று கேட்டார் மன்னர்.

“இவர்கள் அனைவரும் பாண்டிய தேசத்தவர். பாண்டிய தேசத்தின் ஒற்றர் படையைச் சேர்ந்தவர்கள். நம் தேசத்தில் என்ன நடக்கிறது என்பதை அறிந்து காவிரி கடந்து பாண்டிய தேசத்திற்கு எடுத்துச் செல்ல முற்பட்டபோதுதான் என்னைக் கண்டு என்னையும் தாக்கி, பாண்டிய தேசத்து அரசன் அரிகேசரி பராங்குச மாறவர்மனுக்கு பரிசாக அளிக்கலாம் என்று என்னைத் தாக்க முற்பட்டு இருக்கிறார்கள்.”

"இவர்களிடம் இருந்து நமக்கு என்ன கிடைத்தது உதயசந்திரன் அவர்களே" என்றார் மன்னர்.

"இவர்கள் நீர் வழித்தடத்தை இன்னும் அழகாக, வரைபடமாக வரைந்து இருக்கிறார்கள். காஞ்சியில் கொசஸ்தலை ஆற்றில் இருந்து இங்கே சீராப்பள்ளியில் ஓடும் காவிரி வரை, தெளிவான நீர் வழித்தடத்தின் வரைபடம் அது. நம்மிடம் இருப்பது வணிகர்களின் வழி மட்டும்தான். இவர்கள் வணிகர்களின் வழித்தடம் மட்டுமின்றி பரந்து விரிந்து ஓடக்கூடிய காவிரியின் கிளை வாய்க்கால்கள் எந்தெந்த ஊர்களுக்குச் செல்கிறது என்பது வரைக்கும் அழகாக ஒரு துணியில் துல்லியமாக வரைந்து இருக்கிறார்கள்.

இதுமட்டுமின்றி பாண்டிய தேசத்தில் இருந்து பல்லவ தேசத்தினுள் எவ்வழியில் வரலாம் என்பதையும் குறித்து வைத்திருக்கிறார்கள். பின் நம் தேசத்தின் கடிகைகள் எங்கெங்கே இருக்கின்றன என்பதையும் அந்தக் கடிகையைச் சுற்றி என்ன இருக்கிறது என்பதையும் தெள்ளத் தெளிவாக புள்ளி விபரங்களுடன் எழுதி இருக்கிறார்கள். பின்பு கோட்டைகள் எங்கே இருக்கின்றன, அக்கோட்டையைச் சுற்றி மக்களின் வாழ்வியல் எவ்வாறு இருக்கிறது மற்றும் கோவில்கள் எங்கெங்கே இருக்கின்றன, அவற்றை யார் நிர்வகிக்கிறார்கள் என்பதையும் கூட இவர்கள் எழுதி இருக்கிறார்கள். மொத்தத்தில் பல்லவ தேசத்தைப் பற்றி அங்குல அங்குலமாகப் படித்துத் தெரிந்து ஒரு பெரிய புத்தகமே இவர்கள் எழுதி, பாண்டிய தேசத்திற்கு எடுத்துச் செல்ல முற்பட்டு இருந்தனர்.

நீங்கள் மட்டும் 'நீர் வழித்தடம் வழியே செல்' என்று சொல்லாமல் இருந்திருந்தால், இவர்களை நான் மறந்தே இருப்பேன். அதுவும் குறிப்பாக மீண்டும் என்னை அழைத்து என் காதில் இவர்களைப் பற்றிய துப்பு வந்து இருக்கிறது என்று சொன்னீர்கள் அல்லவா? அதுதான் எனது முதல் துருப்புச் சீட்டு. இவர்களை அவனி சந்திரனின் ஒற்றர் படையும், சுவரன் மாறனின் ஒற்றர் படையும்தான் பின்தொடர்ந்து கொண்டிருந்தார்கள். இன்று காலை என் மகன் அவன் சந்திரனைப் பார்த்து பேசுகையில் கூட இவர்களைப் பற்றிக் கேட்டேன். இவர்களுடன் தோளோடு தோளாகப் பழகிய நண்பர்கள் நம் பல்லவ தேசத்தின் வீரமிக்க படையில் இருப்பவர்கள்தான். அதுவும் நம் சுவரன் மாறனும், அவனி சந்திரனும் அவர்களின் ஒற்றர் படையை நன்றாகவே தயார் செய்து இருக்கிறார்கள் என்றுதான் சொல்ல வேண்டும்.

இந்தப் பாண்டிய தேசத்தின் வீரர்களுடன் இவர்கள் ஒன்றாகப் பழகி நாடு முழுக்க இருக்கக்கூடிய அனைத்தையும் காட்டி நம் நாட்டிற்கு அழகாக ஒரு வரைபடத்தை எதிரி நாட்டை வைத்து வரைய வைத்திருக்கிறார்கள். இதிலும் நீங்கள் கொடுத்த யோசனைகளின் பேரில்தான் அத்தனையும் நடந்திருக்கிறது. உங்களுக்கு எப்படி இந்த ஒரு யோசனை தோன்றியது என்பதை யோசித்துக்கொண்டே நான் தில்லை வரை சென்று மீண்டும் நம் கண்டியூருக்கே வந்துவிட்டேன்" என்று உதயசந்திரன் கூறினார்.

இதையெல்லாம் கேட்டுவிட்டு மன்னர் மீண்டும் ஒரு சிரிப்புடன், "அனைத்தும் நான் காஞ்சிக் கடிகையில் மாணவனாகச் சேர்ந்து படித்த பொழுது கற்றுக்கொண்ட அரசியல் பாடம்தான். யுத்தம் என்பது இரு நாட்டு அரசர்களுக்கும் வீரர்களுக்கும் மட்டும் நடப்பதல்ல.

தற்காலத்தில் நடக்கும் யுத்தம் என்பது மக்களுக்கு உரித்தானது. என்னதான் அரசனும் வீரர்களும் யுத்த களத்தில் இருந்தாலும் பின்னாளில் பாடுபடுவது மக்கள் மட்டுமே. இதுதான் என் வாழ்நாளில் நான் படித்த முதல் பாடம். காஞ்சிமா கடிகையில் என் குருநாதர் மகா தேவேந்திரர் கற்றுக்கொடுத்த முதல் நாள் முதல் பாடம். அதை நான் இன்று வரை என் மனதிலும் என் எண்ண ஓட்டத்திலும் வைத்துக்கொண்டே இருக்கிறேன். அதைக்கொண்டே என் வாழ்நாளில் இருக்கக்கூடிய அனைத்து காய் நகர்வும் என்னால் நிர்ணயிக்கப்படுகிறது.

இதனால் மன்னனாகிய எனக்கு என்ன லாபம் என்று நீங்கள் கேட்கலாம். இதனால் எனக்கு அமைதியான சூழ்நிலையில் வாழும் மக்களே லாபம். பல்லவ தேசத்தின் மீது போர் தொடுக்க வேண்டும் என்று நம்மைச் சுற்றி இருக்கக்கூடிய நாட்டவர்கள் ஆர்வமாக இருக்கிறார்கள் அல்லவா, அதுவே நம் பெருமை. இச்சூழ்நிலையில் யார் வந்தாலும் அவர்களைத் தடுத்து நிறுத்தி போர்க்களத்தில் வெற்றி வாகை சூட முடியும் என்று ஒரு தெளிவான மனநிலையில் மக்களும் வீரர்களும் இருக்கிறார்கள் அல்லவா, அந்த நெஞ்சுரமே மன்னனாகிய எனக்கு லாபம். நல் மதியோடு அடுத்து என்ன செய்யலாம் என்று யோசிக்கக்கூடிய மக்கள் இருக்கிறார்கள் அல்லவா, அதுவே பல்லவ தேசத்திற்கு லாபம்" என்று மன்னர் கூற, மன்னரை வியந்து பார்த்த உதயசந்திரன், "நான் உங்களை ஆரத்தழுவிக் கொள்ளலாமா?" என்று கேட்டார்.

உதயசந்திரன் கேட்டதும் மறுகணம் மன்னர் அவர் ஆசனத்திலிருந்து எழுந்து உதயசந்திரனை வாரித் தழுவிக்கொண்டார்.

"நம் பல்லவ தேசம் இவ்வாறு சிறப்பான தேசமாக இருக்கிறது என்றால், அதற்கு உங்கள் பங்களிப்பும் தளபதி மாறன் பரமேஸ்வரன் அவர்களின் பங்களிப்பும்தான் காரணம். நீங்கள் இருவரும் பல்லவ தேசத்தின் ரத்தம் போல் இருந்து, பல்லவ தேசத்தின் இதயத்துடிப்பைச் சீர் செய்து கொண்டிருக்கிறீர்கள். உங்களுடைய யோசனையின்படி ஒவ்வொரு நகரத்திலும் நாம் கடிகை உருவாக்கினோம். அது நம் தேசத்திற்கு நல்ல பலனை அளித்தது. இதைப் பின்தொடர உங்கள் மகனான அவனிசந்திரனும், மாறன் பரமேஸ்வரன் அவரின் மகனான சுவரன் மாறனும் தொடர்ந்து ரத்த ஓட்டம் போல் ஓடிக் கொண்டிருக்கிறார்கள். மாறன் பரமேஸ்வரன் கூறியது போல் நாம் ரதப் படை உருவாக்கினோம் அல்லவா, அது அண்டை நாட்டவருக்கு மிகவும் மிரட்சியை உண்டாக்கியது என்றே சொல்ல வேண்டும். ஏனெனில் ஒரு குதிரையில் ஏறி எவ்வளவு வேகமாக ஒருவன் செல்ல முடியுமோ அதைக் காட்டிலும் மூன்று குதிரை பூட்டிய ரதத்தில் ஐந்து வீரர்களும் அவர்களுடைய போர்க்கருவிகளும் எத்தருணத்திலும் தாக்குதல் நடத்தக்கூடிய விதத்தில் அவர்கள் தயார் நிலையில் இருப்பதும் எதிரிகளுக்குத் தொந்தரவு தரும். அதனாலேயே அண்டை நாட்டு அரசர்கள் நம் நாட்டிற்குள் வருவதற்குச் சற்று யோசித்துக் கொண்டுதான் இருப்பார்கள் என்று நினைக்கிறேன்."

"மன்னா! ரதப் படையை உருவாக்க வேண்டுமென்று மாறன் பரமேஸ்வரன் கூறியதை நீங்கள் ஒப்புக் கொண்டாலும், இந்த ரதங்களை வரைந்து அந்த ரதங்களை உருவாக்க கலைஞர்களை உருவாக்கிய சங்கரநாராயணன் அவர்களுக்கு இந்தப் பெருமை போய்ச் சேரவேண்டும் என்று நான் நினைக்கிறேன்" என்றார் உதயசந்திரன். "நீங்கள் சொல்வதும் சரிதான் தளபதியாரே. ஆனால் இவ்வாறு ஒன்று செய்ய வேண்டும் என்ற எண்ணம் உதித்தது மாறன் பரமேஸ்வரனால்தான். 'சுவர் இருந்தால்தான் சித்திரம் தீட்ட முடியும்' என்று ஒரு வாக்கியம் இருக்கிறதல்லவா?"

"ஆம் மன்னா."

"இங்கு சுவர் மாறன் பரமேஸ்வரனின் யோசனை, சித்திரம் தீட்டப்பட்டது நம் அனைத்து கடிகையின் தலைமை

ஆசிரியரான நம் சங்கரநாராயணன். அதனால் ரதப் பெருமை இருவருக்குமே உரித்தானது" என்று மன்னர் கூற இதை ஆமோதித்துப் புன்னகைத்தார் உதயசந்திரன்.

"தளபதியாரே, நாம் நம் சபையில் சந்திப்போம்" என்று கூறி மன்னர் உதயசந்திரன் மாளிகையிலிருந்து புறப்பட முற்பட்டார். அத்தருணத்தில் உதயசந்திரன், "மன்னா, நீங்கள் அந்தப் பாண்டிய தேசத்தவர்களைப் பார்க்க வரவில்லையா?" என்று கேட்டார்.

"இல்லை, நான் வரவில்லை. அவர்களுக்கு நீங்கள் என்ன தண்டனை கொடுத்தீர்கள் என்பது எனக்குத் தெரியும். அவர்களை காவிரியில் குளிப்பாட்டி, நல் முறையில் நம் அரண்மனை வைத்தியர்கள் மூலம் புண்களுக்கு மருந்து போட்டு, நல் உடை கொடுத்து, அவர்களின் மனமும் வயிறும் நிறையும் அளவிற்கு உணவும் கொடுத்து நம் சபைக்கு அழைத்து வாருங்கள். அங்கே அவர்களை நான் சந்திக்கிறேன்" என்று கூறிவிட்டு மன்னர், "நான் உத்தரவு வாங்கிக் கொள்கிறேன் தளபதியாரே" என்று மாளிகையை நோக்கிச் சென்றார்.

இவ்வாறு சொன்னதைக் கேட்டு வியப்படைந்த மறுநொடியே இவர் என்ன செய்யப் போகிறார் என்பது புரிந்தது போல் ஒரு புன்முறுவலுடன் அருகில் இருக்கக்கூடிய ஒரு வீரனை அழைத்து, "யானைக் தொழுவத்தில் இருக்கக்கூடிய கைதிகளைக் காவிரியில் குளிப்பாட்டி, நல் முறையில் நம் அரண்மனை வைத்தியர்கள் மூலம் புண்களுக்கு மருந்து போட்டு, நல் உடை கொடுத்து, அவர்களின் மனமும் வயிறும் நிறையும் அளவிற்கு உணவும் கொடுத்து என் மாளிகைக்கு அழைத்து வா" என்று சொல்லி அனுப்பிவைத்தார்.

அவனும் நேராக கோட்டைக் காவல் தளபதி அதிரன் புல்லனிடம் சென்று தளபதி உதயசந்திரன் சொன்னதைக் கூறினான். மன்னர் கூறியபடியே கைதிகளை அழைத்து காவிரியில் குளிக்க வைத்து, அரண்மனை வைத்தியரிடம் அழைத்துச் சென்று அவர்களுடைய காயத்திற்கு மருந்து போட்டு, வயிறார உணவு கொடுத்து புத்தாடை கொடுத்து தக்க மரியாதையுடன் அவர்களை தளபதி உதயசந்திரனின் மாளிகைக்கு அழைத்து வந்தார் கோட்டைக் காவல் தளபதி அதிரன் புல்லன்.

அவர்களைப் பார்த்து தளபதி உதயசந்திரன், "நேற்று இரவு எவ்வாறு இருந்தது? கவனிப்பு எல்லாம் பலமாக இருந்ததா? வேறு ஏதேனும் உங்களுக்குத் தேவைப்படுகிறதா? மன்னரைப்

போய்ப் பார்க்கலாமா?" என்று சிறிது நகைப்பான தொனியில் நலம் விசாரித்தார். கைதிகள் யாரும் வாய் திறக்கவில்லை. அவர்களை கோட்டைத் தளபதி ஒரு கயிற்றால் பிணைத்து உதயசந்திரனைப் பார்க்க கூட்டி வந்திருந்தார். உதயசந்திரன் இவர்களை அவிழ்த்துவிடச் சொல்லி ஒரு கைதிக்கு ஒரு வீரன் என்ற கணக்கில் மன்னரின் மகா சபைக்கு அழைத்து வரச் சொல்லிவிட்டு, இவர்களுக்கு முன்னால் பல்லவச் சக்கரவர்த்தி நந்திவர்மனின் தர்பாரை நோக்கி நடந்து சென்றார்.

தளபதி உதயசந்திரன் மாளிகையை நோக்கி வந்த நேரம், ரதப் படைத் தளபதி சுவரன் மாறன், குதிரைப் படை மற்றும் சுருள் வாள் படைத் தளபதி மாறன் பரமேஸ்வரன், காலாட்படைத் தளபதி அவனி சந்திரன், கோட்டைக் காவல் தளபதி அதிரன் புல்லன் மற்றும் யானைப்படைத் தளபதி மங்கல நாடாள்வான் என அனைத்துத் தளபதிகளும் மாளிகைக்கு வந்து சபைக்குச் சென்றனர். சபையில் ஏற்கெனவே அமைச்சர் பெருமக்கள் மன்னருக்காகக் காத்துக்கொண்டிருந்தனர். தளபதி உதயசந்திரன் சபையினுள் சென்ற பின் அனைவரும் அவருக்கு வணக்கம் தெரிவித்து, "திடீரென்று இந்தச் சபை எதற்காகக் கூட்டப்பட்டது?" என்று கேட்டனர். அனைவரிடமும் அச்சுப் பிறழாமல் ஒரே பதில், "நம் மன்னர் நந்திவர்மன் அவர்கள் வந்த பின் நமக்கு அது தெரியவரும்" என்று கூறி உதயசந்திரன் அனைவரையும் அவரவர் ஆசனத்தில் அமரச் சொன்னார்.

அனைவரும் அமர்ந்த பின், எல்லோருக்கும் சுக்குப் பால் கொடுக்கப்பட்டது. அனைவரும் குடித்துவிட்டு அடுத்து என்ன என்று தங்களுக்குள் பேசிக் கொண்டிருந்த தருணம், தர்பாரின் வெளியே இருந்த காவல் வீரன் நேராக உள்ளே வந்து தளபதி உதய சந்திரனுக்கு வணக்கம் தெரிவித்துவிட்டு, "மன்னரிடம் இருந்து ஒரு செய்தி!" என்று உரக்கக் கூறினான். சபையில் எல்லோருக்கும் ஒரே குழப்பம். 'என்ன மன்னரிடமிருந்து செய்தியா? மன்னரும் இந்த கண்டியூர் அரண்மனையில் அல்லவா இருக்கிறார்? இன்று காலை ஆலோசனைக் கூட்டம் இருக்கிறது என்று நேற்று சொன்னார் அல்லவா? ஆலோசனைக் கூட்டம் என்றாலே அது தர்பாரில் அல்லவா நடக்கும்? பின் எதற்கு ஒரு வீரனை அழைத்து செய்தி கூறி அனுப்பி இருக்கிறார்?' என்று பல பல யோசனைகள் மின்னல் வேகத்தில் அனைவரின் மனதிலும் தோன்றி மறைந்தன.

அனைவருக்கும் இவ்வாறு யோசனைகள் வர, அமைச்சர் நாக சர்ம பிரம்மாதிராஜன் மட்டும், "என்ன செய்தி

கூறினார்?" என்று கேட்டார். "அனைவரையும் மாளிகையின் நந்தவனத்திற்கு வரச்சொல்லி மன்னரின் உத்தரவு. இந்த மகா சபை நந்தவனத்தில் நடக்கும் என்று கூறினார். அதனால் அனைவரும் நந்தவனத்திற்கு வாருங்கள்" என்று கூறிவிட்டு, அந்த வீரன் முன் நடந்தான். அனைவரும் அந்த நந்தவனத்துக்குச் சென்றனர். அந்த நந்தவனம் முழுக்க நிழல் தரும் ஒரு ஆல விருட்சத்தின் கீழ் மன்னர் அமர்ந்திருந்தார். அவரைச் சுற்றி மந்திரிகளும், தளபதிகளும் அமர்ந்தார்கள்.

நந்தவனத்தில் மன்னருடன் சேர்ந்து அமர்ந்திருந்த மந்திரிகளையும் தளபதிகளையும் பார்த்து மன்னர் வணக்கம் தெரிவித்து, "இன்று ஒரு புதிய நாள் நமக்குக் கிடைத்திருக்கிறது. இந்த நாளில் ஏதேனும் ஒரு புதுமை நாம் செய்ய வேண்டும் என்பதற்காகவே நந்தவனத்தில் நம்முடைய ஆலோசனைக் கூட்டத்தை வைக்க முடிவு செய்தேன். அத்துடன் நந்தவனத்தில் ஆலோசனைக் கூட்டம் நடந்தால் அது எல்லோருக்கும் அல்லவா தெரிய வரும் என்ற எண்ணம் உங்களுக்கு இருக்கும் என்பது எனக்குப் புரிகிறது. அப்படித் தெரிய வந்தால் என்ன என்பது என்னுடைய கேள்வி.

அப்படித் தெரிய வந்தாலும் அது நமக்குத்தான் நல்வாய்ப்பைத் தேடித் தரும் என்று நான் நம்புகிறேன். நான் இப்படிக் கூறுவது இந்த ஆலோசனைக் கூட்டம் முடிந்தபின் உங்களுக்குப் புரிய வரும்."

உதயசந்திரனைப் பார்த்து, "இன்னும் விருந்தாளிகளை அழைத்து வாருங்கள்" என்று கூறினார். மன்னரின் கட்டளைக்கு இணங்க உதயசந்திரன் அந்தக் கைதிகளை நந்தவனத்தில் நடக்கும் சபைக்கு அழைத்து வந்தார். இந்தக் கைதிகளை இவர்களுக்கு நடுவே நிற்க வைத்து, "இந்த மனிதர்கள் யார் என்று உங்களுக்குத் தெரியுமா?" என்று கேட்டார் நந்திவர்ம மகாராஜா. "இவர்களைப் பார்த்தால் வேற்று நாட்டவர் போலிருக்கிறது." "இவர்கள் ஒற்றர்களாக இருக்கக்கூடும்." 'வேறு நாட்டவர்கள், ஒற்றர்கள், அரசியல் கைதிகள்' என்று பல பல பதில்கள் அந்தச் சபையில் இருக்கக்கூடிய பெரியோர்களால் சொல்லப்பட்டது. இதை அனைத்தையுமே உதயசந்திரன், அவனி சந்திரன், சுவரன் மாறன் மற்றும் அதிரன் புல்லன் ஆகியோர் அமைதியாகக் கேட்டுக் கொண்டார்கள். இவர்கள் கூறிய பதில்களை மன்னரும் சுவாரசியமாகக் கேட்டுக் கொண்டிருந்தார்.

பின்னர் சுவரன்மாறனை அழைத்து, "இந்த பத்துப் பேரையும் சீராப்பள்ளியின் காவிரிக் கரை தாண்டி பாண்டிய தேசத்தின்

நிலப்பரப்பில் கொண்டுபோய் விட்டுவிடுங்கள். இவர்கள் அந்த நாட்டு மன்னனுக்குத் தேவையான செய்திகளைப் போய் சொல்லட்டும். கையில் கொஞ்சம் பொன் பொருளைக் கொடுத்து அனுப்புங்கள். நம்மைத் தேடி வந்தவரை வெறுங்கையோடு அனுப்ப வேண்டாம்" என்று மன்னர் கட்டளையிட சுவரன் மாறன் எழுந்து அந்தக் கைதிகளை அழைத்துக்கொண்டு மாளிகையை விட்டு வெளியேறினார்.

வெளியே வந்த சுவரன் மாறன் அவனின் உப தளபதியை அழைத்து இந்தச் செய்தியைக் கூறி, "இவர்களை பத்திரமாக பாண்டிய தேசத்தின் எல்லையில் விட்டுவிடு" என்று கூறிவிட்டு மீண்டும் நந்தவனத்துக்குச் சென்றான்.

இப்பொழுது அங்கு அனைவரும் அமைதியாக இருந்தார்கள். மன்னரும் கூட அமைதியாகத்தான் அமர்ந்திருந்தார். ஏனெனில் மற்றவர்களின் குழப்பம் தீர இந்த அமைதி தேவை என்று நினைத்திருந்தார். அனைவரின் முகத்திலும் குழப்பம் ஓடிக்கொண்டிருந்தது. ஏதோ நம் பல்லவ தேசத்தில் நடக்கப் போகிறது என்று புரிந்துகொண்டார்கள். ஆனால் அது என்ன என்பதைக் கண்டுபிடிக்க இயலாமல் யோசித்துக் குழம்பிக் கொண்டிருந்தார்கள்.

இந்தக் குழப்பமான சூழ்நிலையை இதமாக்கும் வகையில் லேசாக சாரல் அடித்தது. அந்தச் சாரல் அடித்தவுடன் ஆண் மயில் அகவ, அச்சத்தத்துக்கு மறுமொழி கூறுவது போல் பெண் மயிலும் அகவியது! இதைக் கேட்ட ஆண் மயில் அழகாகத் தோகை விரித்து ஆடியது. இக்காட்சி நந்தவனத்தில் நம் அரசரும் அரசவைப் பெருமக்களும் அமர்ந்திருக்கக்கூடிய அந்த ஆலமரத்துக்கு அருகிலேயே அரங்கேறியது. இதைப் பார்த்த அனைவரின் மனதிலும் மயில்தோகை வைத்து வருடியது போல் ஒரு இன்பம் கலந்த புத்துணர்வு. எல்லோருடைய முகமும் குழப்பத்திலிருந்து விடுபட்டது போல் தெளிவடைந்தது.

இதைக் கவனித்த மன்னர், "சரி, நாம் விஷயத்துக்கு வருவோம்" என்று கூறி, பேச ஆரம்பித்தார். "நேற்று கோவிலில் மக்களிடையே பேசிக்கொண்டிருந்த பொழுது திருவையாறில் இருந்து வந்த வணிகர்கள் எனக்குப் பரிசாகத் தந்த மரகதம் பதித்த தங்கச் சங்கிலியை தில்லை நடராஜப் பெருமான் கோவிலுக்குக் கொடுத்துவிடுங்கள் என்று நம் தளபதி உதயசந்திரனிடம் சொல்லி, அவரை நீர் வழித்தடம் வழியே போகச் சொன்னேன். இது உங்கள் அனைவருக்கும்

தெரிந்திருக்கும். அத்துடன் அவரிடம் ஒரு ரகசிய ஓலை அனுப்பிவைத்தேன்.

நீங்கள் இதை கவனித்தீர்களா, இல்லையா என்று எனக்குத் தெரியாது. ஆனால் அமைச்சர் புல்லயன் கடம்பன் மட்டும் 'அவரிடம் என்ன ரகசியம் கூறினீர்கள்?' என்று என்னிடம் கோவிலில் இருந்து வரும் பொழுது கேட்டார். அதற்கு நான் அவரிடம், 'அதுதான் ரகசியம் அல்லவா, காலம் வரும்போது உங்களுக்குத் தெரியவரும்' என்று கூறினேன். அந்த பதிலுக்கு அவரும் சரி என்று ஆமோதித்துவிட்டு புன்முறுவலுடன் விடைபெற்றார்.

தளபதி உதயசந்திரனிடம் கூறிய ரகசியத்தை உடைக்க சரியான தருணம் இதுதான். நான் ஏன் அவரை நீர் வழித்தடத்தில் செல்லுங்கள் என்றேன், மற்றும் அவருடைய காதில் என்ன கூறினேன் என்றால்... நம் பல்லவ தேசத்தில் பாண்டிய தேசத்தின் ஒற்றர்களும் வீரர்களும் ஊடுருவி இருக்கிறார்கள். இவர்கள் நம் தேசத்தின் உள் வந்த நாளிலேயே எனக்கு நம் தளபதிகளின் ஒற்றர் படை மூலமாகச் செய்தி வந்தடைந்தது. என்னுடைய ஒற்றன் மற்றும் நம் ரதப் படையின் தளபதியான சுவரன்மாறனிடமிருந்தும் இந்தச் செய்தி வந்தது.

இச்செய்தி வந்தபின் நம்முடைய ஒற்றர் படையில் இருந்து நூறு ஒற்றர்களை இவர்களுடன் சேர்ந்து பழகச் சொல்லி, ஒவ்வொரு அசைவையும் கண்காணிக்கச் சொல்லியிருந்தோம். அதன்படி ஒவ்வொரு நாளும் நமக்கு மற்றவர்களிடம் இருந்து தகவல்கள் வந்து கொண்டிருந்தன. அந்தச் செய்திகளின்படி பாண்டிய தேசத்தின் ஒற்றர்கள் நம் பல்லவ தேசத்தைப் பற்றி முழுவதும் சல்லடையிட்டு வரைபடங்களாக வரைந்தும், குறிப்பு எழுதி ஒரு பெரிய புத்தகமே தயாரித்து, அதை பாண்டிய தேசத்திற்கு எடுத்துச் செல்கிறார்கள் என்று தெரியவந்தது.

அதுவும் அவர்கள் திருவையாறு வழியாக காவிரியைக் கடந்து பாண்டிய தேசத்துக்குச் செல்கிறார்கள் என்று வழித்தடமும் கிடைத்ததால், நான் நம் தளபதி உதயசந்திரனை அழைத்து அவர் காதில் இந்த விஷயத்தைச் சொல்லி, அவரை திருவையாறு வழியாகச் செல்லச் சொன்னேன். அது நமக்கு நல் பயனைத் தந்துள்ளது. தளபதி உதயசந்திரன் செல்லும் வழியில், இவர்கள் சிறு சிறு பொறி வைத்து இவரைச் சாய்த்து பாண்டிய மன்னனுக்குப் பரிசு அளிக்கத் திட்டமிட்டிருந்தார்கள். அதனால் நம் தளபதியின் வருகைக்காக அந்த இடத்திலேயே காத்திருக்கிறார்கள். அப்பொழுது நம் தளபதியும் வழித்தடத்தில் செல்ல, இவர்களை மடக்கிப்பிடித்து நேற்று

இரவே நம் கோட்டையிலுள்ள யானைக் தொழுவத்தில் கட்டி வைத்திருக்கிறார்.

பாண்டியர்களும் சாமானியர்கள் அல்ல. அவர்களுடைய மதிநுட்பத்தைப் பார்த்து நான் வியந்து போகிறேன். பாண்டிய தேசத்தின் ஒற்றர்களும் வீரர்களும் நம் தேசத்தில் ஊடுருவி இருக்கிறார்கள் என்ற செய்தி எனக்கு ஏறக்குறைய மூன்று மண்டலங்களுக்கு முன் தெரியவந்தது. இந்த மூன்று மண்டலங்களில் இவர்கள் நம் பல்லவ தேசத்தின் தலைநகரான காஞ்சிக்கு மேல் ஓடும் கொசஸ்தலை ஆற்றில் இருந்து சீராப்பள்ளியில் ஓடும் காவிரி வரை இவர்கள் வரைபடத்தில் குறித்து வைத்திருக்கிறார்கள். அதுமட்டுமில்லாமல் ஓடும் பேர் ஆறுகளின் கிளை வாய்க்கால்களைப் பற்றிக்கூட இவர்கள் குறிப்பில் இருக்கிறது. அத்துடன் பல்லவ தேசத்தின் கடிகைகள் எங்கிருக்கின்றன, கோவில்கள் எங்கிருக்கின்றன, எந்தக் கோவிலுக்கு எவ்வளவு சொத்து இருக்கிறது என்ற விபரங்களைக்கூட குறித்து வைத்திருக்கிறார்கள். இதோ பாருங்கள் அந்தப் புத்தகம்" என்று நந்திவர்மன் அந்தப் புத்தகத்தை அரசவையில் கொடுத்தார்.

அதைப் பார்த்து ஒவ்வொரு அமைச்சரும் தளபதியும் மிரட்சி அடைந்தனர். "இப்படிப்பட்டவர்களை நீங்கள் ஏன் விடுதலை செய்தீர்கள் மன்னா?" என்று கோட்டைத் தளபதி அதிரன் புல்லன் கேட்க,

"தளபதியே, இவர்களின் இந்தக் குறிப்புகள் இருக்கக்கூடிய புத்தகத்தை நாம் பெற்று விட்டோம். அத்துடன் இவர்களுக்கு எது எது எங்கெங்கு இருக்கிறது என்று தெரியுமே தவிர, இதனுள் இருக்கக்கூடிய சாதக பாதகங்களும் நம் படைப்பிரிவில் இருக்கும் நம்மைப் போல் அவர்களுக்குத் தெரியாது. அது போலவே போரின்பொழுது நமக்குக் கொடுக்கக்கூடிய ரதங்களைப் பற்றியும் அவர்களுக்குத் தெரியாது. இதன் காரணமாகவே நான் இவர்களை விடுவித்தேன். பாண்டியர்கள் இவ்வாறு செய்கிறார்கள் என்றால் நம்மிடமும் ஒற்றர் படை இருக்கிறதல்லவா, அவனி சந்திரனின் படையில் இருக்கக்கூடிய ஒற்றர்கள் பாண்டிய தேசத்தின் உள் புகுந்து பாண்டிய தேசத்தில் இருக்கக்கூடிய அனைத்து வழித்தடங்களையும், போர்ப்பயிற்சிக் கூடங்களையும், அவர்களின் ஆயுதம் பற்றிய தகவல்களையும், தானியக் கிடங்குகள் எங்கெங்கு இருக்கின்றன என்ற தகவல்களையும் மன்னரின் மாளிகை மற்றும் கோட்டைக் கொத்தளங்கள் எவ்விதப் பாதுகாப்புடன் இருக்கின்றன என்பது வரைக்கும் வரைபடமாக வரைந்து

நமக்கு அளித்திருக்கிறார்கள். இதோ பாருங்கள்" என்று அந்தப் புத்தகத்தையும் சபைக்குக் கொடுத்தார். இதைப் பார்த்து அசந்துவிட்டார் உதயசந்திரன்.

'மன்னா, இதைப்பற்றி நீங்கள் என்னிடம்கூட கலந்தாலோசிக்கவில்லையே' என்பது போல் இருந்தது அவருடைய பார்வை. அப்படியே சடாரென்று அவனி சந்திரனைப் பார்த்து, அவருடைய இடத்தில் இருந்து எழுந்து தன் மகனின் தலையைக் கோதி நெற்றியில் முத்தமிட்டு உச்சி முகர்ந்தார். இந்தச் செய்கையின் அர்த்தம், 'நம் தேசத்திற்காக வேலை செய்யும் பொழுது முக்கியமான ரகசியத்தை தந்தை அரசாங்கத்தின் தலைமை அதிகாரியாக இருந்தாலும் அதை அவரிடம் பகிரக் கூடாது என்று சரியாக ரகசியத்தை மனதில் வைத்துக் கொண்டமைக்காகக் கொடுக்கக்கூடிய ஒரு அங்கீகாரம்.'

இதைப் புரிந்துகொண்ட மன்னர் நந்திவர்மன், "உங்கள் மகன் அல்லவா, எவ்வாறு ரகசியம் வெளியே வரும்?" என்று கூறி கலகலவென்று சிரித்தார். மன்னரின் சிரிப்பில் சபையும் ஒரு நிமிடம் இந்தப் படபடப்பில் இருந்து திசை மாறியது.

பின் மன்னர் சிரிப்பை நிறுத்திவிட்டு, "உதயசந்திரன், அவனி சந்திரன் இணையாக மாறன் பரமேஸ்வரனும், சுவரன்மாறனும் இருக்கிறார்கள். இவர்கள் இருவரும் சேர்ந்து பாண்டிய தேசத்து வீரர்களைக் கண்டறிந்து குடந்தை அருகே வேப்பத்தூரில் இருக்கக்கூடிய பாதாளச் சிறையில் ஏறக்குறைய இருநூறு வீரர்களைச் சிறைப் பிடித்து வைத்திருக்கிறார்கள். இதில் நமக்கு ஒரு பாண்டிய தேசத்தின் தளபதியும் அகப்பட்டு இருக்கிறான். இந்தச் செயல்பாடுகள் அனைத்துமே ரகசியமாகவே வைக்கப்பட்டிருந்தது. ஏனெனில் இது வெளியே தெரிந்தால் எதிரிகள் சுதாரித்து விடுவார்கள். பாண்டியர்கள் நம்மைவிட பொருளாதாரத்திலும், போர்க்கலையிலும், தந்திரத்திலும், படை நகர்விலும் ஒரு படி மேலேதான் இருக்கிறார்கள்.

எதிரி நாட்டவர் இதில் பொருளாதாரத்தில் மேலோங்கி இருப்பதால், அண்டை நாடுகளைப் பிடித்து இன்னும் நிலப்பரப்பை விரிவுபடுத்தலாம் என்று ஆசைகொண்டு அதனுடைய முயற்சியில் காய்களை நகர்த்தி வருகிறார்கள். நாமும் பாண்டியர்களுக்கு இணையாக பொருளாதாரத்தில் மேம்பட்டுதான் இருக்கிறோம். ஆனால் வம்பாக அவர்கள் மேல் போர் தொடுக்க நம் மக்களுக்கும் சரி, இந்தச் சபையில் இருக்கக்கூடிய அவையோர்களுக்கும் சரி விருப்பம் இல்லை

என்பது எனக்கு நன்றாகத் தெரியும். ஒரு மன்னனாக என் தேசத்து மக்களைக் காக்கவேண்டும். அதுவே என் முதல் கடமை. அப்படி இருக்கையில், நான் ஏன் உங்களை அண்டை நாடுகளின் மீது போரிடுங்கள் என்று சொல்லப்போகிறேன்?

நம்முடைய பலம் என்ன என்பதை நம் தேசத்தை எதிர்க்க நினைக்கும் மன்னனுக்குத் தெரிய வேண்டும் என்பதற்காகவே அந்த ஒற்றர்களை நான் அனுப்பி வைத்தேன். இப்படி ஒற்றர்களை அனுப்பி வைத்தால், நம் பலத்துடன் சேர்ந்து பலவீனமும் தெரியும் என்றுதானே நீங்கள் யோசிக்கிறீர்கள். அதுவும் சரிதான்! பலம் என்று ஒன்று இருந்தால் பலவீனமும் இருக்கும்தானே!

இந்த ஒற்றர்களுடைய குறிப்பிலிருந்து நம்முடைய பலவீனம் என்று அவர்கள் எதைக் கருதுகிறார்கள் என்று எனக்குப் புரிந்துவிட்டது. நம் தேசத்தின் மக்கள் மீது நாம் வைத்திருக்கக்கூடிய பற்றும், நம்பிக்கையும், பரிவையும்தான் இவர்கள் நம்முடைய பலவீனம் என்று குறித்து வைத்திருக்கிறார்கள்."

"அப்படியென்றால் மன்னா... இது இன்னும் ஆபத்தாயிற்றே..." என்று உதயசந்திரன் கூற, "என்ன ஆபத்து என்று நினைக்கிறீர்கள் தளபதியாரே?" என்று மன்னர் கேட்டார்.

"மன்னா! அவர்கள் நம் மக்களை நமது பலவீனம் என்று குறித்து இருக்கிறார்கள் அல்லவா? அப்பொழுது அவர்கள் நம் மக்களின் இருப்பிடங்கள் மீது தாக்குதல் நடத்தினால் என்ன செய்வது?" என்று உதயசந்திரன் கேட்டார்.

"தளபதி உதயசந்திரன் அவர்களே, உங்களுக்கு பாண்டியர்களின் நாடு பிடிக்கும் ஆசை மட்டுமே கண்ணில் படுகிறது. ஆனால் அவர்களின் போர் தர்மங்களைப் பற்றி கருத்தில் வரவில்லை என்று நினைக்கிறேன். அவர்கள் போர்க்களங்களில் சண்டையிடுவார்களே தவிர, மக்களைத் தாக்க மாட்டார்கள். அவர்களின் போர் தர்மத்திலிருந்து ஒரு நூல் கூட பிறழ மாட்டார்கள். கோட்டை முற்றுகை இடுவார்கள், ஆனால் கோட்டைக்குள் இருக்கும் பொது ஜனங்களைத் துன்புறுத்த மாட்டார்கள். மக்களைத் துன்புறுத்தாமல் மன்னரையும் படைவீரர்களையும் வென்று வாகை சூடவே பாண்டியர்கள் விருப்பப்படுவார்கள். அதனால் ஒரு காலமும் 'நம் மக்களை இவர்கள் துன்புறுத்தி விடுவார்களோ?' என்று நீங்கள் எண்ணவேண்டாம்" என்றார் மன்னர் நந்திவர்மன்.

இவ்வாறு மன்னர் கூற, சபையில் இருக்கக்கூடிய அனைவரும் அமைதியாக இருந்தனர். அமைச்சர் புல்லயன் கடம்பன் மட்டும், "மன்னா! இது எல்லாம் சரிதான். ஆனால் நாம் ஏதோ ஒன்றைத் தவறவிட்டது போல் எனக்குத் தோன்றுகிறது" என்றார்.

"எதை நாம் தவற விட்டு விட்டோம் என்று நினைக்கிறீர்கள் அமைச்சரே?" என்று மன்னர் கேட்டார்.

"மன்னா! நாம் பாண்டிய நாட்டுப் படை வீரர்களைப் பிடித்து வைத்திருப்பது போல், மற்றவர்களையும் பிடித்து வைத்திருந்தால் நம்முடைய ரகசியங்கள் வெளியே சென்று இருக்காது. அவர்களும் நம் மீது போர் தொடுக்க வேண்டும் என்ற எண்ணத்தைக் கைவிட்டு இருப்பார்கள் அல்லவா? இதைத்தான் நாம் தவறவிட்டு விட்டோம் என்று நான் கூற முற்பட்டேன்" என்றார் அமைச்சர்.

"உங்களுடைய கூற்று சற்று சிந்திக்க வேண்டிய ஒன்றுதான். ஆனால் அதற்கும் என்னிடம் பதில் இருக்கிறது. நம்மை விட எல்லாவிதத்திலும் பாண்டியர்கள் ஒரு படி மேலே இருக்கும் பொழுது, நம்மைத் தொடர்ந்து தொந்தரவு செய்து கொண்டுதான் இருப்பார்கள். நமக்கோ நாடு பிடிக்க வேண்டும் என்ற ஆசை கிடையாது. அப்படி இருக்கையில் இவர்கள் செய்யும் தொந்தரவுக்காக நாம் ஒவ்வொரு முறையும் போரிட்டுக் கொண்டிருக்க முடியாது.

அதனால் அவர்களை நம் தேசத்தினுள் வரவழைத்து, நம்முடைய பலத்தைக் காட்டி பாண்டியர்களுடைய படையை அடித்து விரட்டவேண்டும். அடுத்த மூன்று, நான்கு தலைமுறைக்கு நம் 'பல்லவ தேசத்தைத் தொந்தரவு செய்ய வேண்டும், பல்லவ தேசத்தின் மீது போர் தொடுக்க வேண்டும்' என்ற எண்ணமே பாண்டியர்களுக்கு வரக்கூடாது என்ற அளவிற்கு நாம் செய்யவேண்டும். அதற்காகத்தான் இந்த முடிவு. ஒற்றர்களையும் தக்க மரியாதையுடன் பாண்டிய தேசத்திற்கு அனுப்பி வைத்ததும் இதற்காகத்தான்."

இதைக் கேட்டு அமைச்சர் புல்லயன் கடம்பன், "அப்படி என்றால், மாட்டை தொழுவத்தில் கட்டி அடிப்பதுபோல் என்று சொல்லுங்கள் மன்னா!" என்றார்.

இவர் கூறிய மறுகணம் சபையில் சிரிப்பொலி எழுந்தது. ஒரு நிமிடத்திற்குப் பின் மன்னர் நந்திவர்மன் இரண்டு கைகளையும் உயர்த்தி சபையை அமைதிப்படுத்தி,

“நம் அமைச்சர் புல்லயன் கடம்பன் கூறியதுபோல் அடங்காத மாட்டை தொழுவத்தில் கட்டி அடிப்பது போல்தான் நம் எல்லைகளின் வாயில்களைத் திறந்துவிட்டு பாண்டியர்களை நம்முள் அழைத்து, அவர்களுக்குத் தக்க பதிலடி கொடுக்கப் போகிறோம். இது ஒன்றும் சாதாரண காரியமில்லை. இதற்கு நம் அனைத்து சேனைகளும் தயார் நிலையில் இருக்க வேண்டும். அது மட்டுமின்றி ஒவ்வொரு கடிகையில் படிக்கும் மாணவர்களும் திரண்டு வந்து நாடு முழுக்க ஒவ்வொரு பகுதியிலும் கண்காணித்துக் கொண்டே இருக்கவேண்டும். எப்பொழுது வேண்டுமானாலும் பாண்டியர்கள் நம்முன் வந்து போர் புரிவார்கள். அதிலும் நம் பொக்கிஷம் இருக்கக்கூடிய கோட்டைகளை அவர்கள் முதலில் பிடிக்க முற்படுவார்கள். அதனால் கண்டியூர், திருத்தணி, நிம்பவனம், சூதவனம், மண்ணைக்குறிச்சி, சூரவந்தூர் மற்றும் மணலூர் ஆகிய இடங்களில் நாம் நம் படையினரைத் தயார் நிலையில் வைத்திருக்க வேண்டும். நீர் வழித்தடங்களிலும் காடுகள் வழியே நாட்டுக்கு வரும் வழித்தடங்களிலும் நாம் நம்முடைய பாதுகாப்பைச் சற்று தளர்த்த வேண்டும். அப்பொழுதுதான் பாண்டியர்கள் உள்ளே வர சரியாக இருக்கும்.

இது என்னடா ஒரு புது வியூகம் என்று நீங்கள் யோசிக்கலாம். ஆம், இது ஒரு புது வியூகம்தான். மகாபாரதத்தில் சக்கர வியூகம் அன்று அனைவருக்கும் புதிதாக இருந்தது அல்லவா. அதேபோல் இந்த வியூகமும் புதிதுதான். எவ்வாறு சக்கர வியூகத்தில் நுழைந்த அபிமன்யு வெளியே வர இயலாமல் மாண்டு போனானோ, அதே போல்தான் பல்லவ தேசத்தின் இந்த திறந்த வாயில் வியூகத்தில் மாட்டி, பாண்டியர்கள் பாடம் கற்றுக் கொள்வார்கள்.

இத்துடன் இது முடியவில்லை. நமக்கு மேலே இருக்கக்கூடிய ராஷ்டிரகூடர்களுக்குக்கூட நம் பல்லவ தேசத்தின் மீது ஒரு கண் இருக்கத்தான் செய்கிறது. அதனால் நம் வழித்தடங்களில் இருக்கக்கூடிய பாதுகாப்பைத் தளர்த்தினால், இன்னுமொரு எதிரியும் நம் நாட்டிற்குள் வர வாய்ப்புகள் உண்டு. இதைக் கருத்தில் கொண்டு நாம் செயல்பட வேண்டும்.

போருக்குத் தேவையான ரதப் படை, காலாட் படை, யானைப்படை, வில்லாளிகள் மற்றும் வேட்டை நாய்கள் இவற்றை தளபதிகள் நீங்கள் சரிபங்காகப் பகிர்ந்து கொள்ளுங்கள். எங்கெங்கெல்லாம் தரிசு நிலங்கள் இருக்கிறதோ அந்த இடத்தையே போர்க்களமாகத் தேர்ந்தெடுத்துக் கொள்ளுங்கள். நம்முள் வரக்கூடிய பாண்டியர்களும்

அங்குதான் வருவார்கள் என்று நம்புகிறேன். நகரத்திற்குள் வந்து ஏதேனும் சீண்டல்கள் செய்தால் ஒரு நொடிகூட தாமதிக்காமல் அவர்களைக் கொன்றுவிடுங்கள்.

பல்லவ தேசத்தினுள் பாண்டியர்கள் வந்து நம்முடன் போர் செய்யப் போகிறார்கள் என்ற செய்தியை மக்களுக்குப் பரப்ப நகரங்களுக்கும் கிராமங்களுக்கும் தண்டோரா அடித்துச் சொல்ல வேண்டாம். ஒவ்வொரு ஊரிலும் பத்துப் பெண்களைத் தேர்ந்தெடுத்து, அவர்களிடம் இந்த விஷயத்தைச் சொல்லி மக்களுக்குள் காதும் காதும் வைத்தது போல் இதைப் பரப்பி விடுங்கள், சொல்லி விடுங்கள். நம் நாட்டுப் பெண்கள் மற்றதைப் பார்த்துக் கொள்வார்கள். இதில் ஏதேனும் சந்தேகம் இருக்கிறதா?" என்று நந்திவர்ம பல்லவர் கேட்க,

அமைச்சர் நாக சர்ம பிரம்மாதிராஜன் எழுந்து மன்னனுக்கு வணக்கம் தெரிவித்து விட்டு, "மன்னா! நீங்கள் சொல்வதெல்லாம் கேட்பதற்கு நன்றாக இருக்கிறது. இதற்கு செயல்வடிவம் கொடுக்கும் போதுதான் என்னென்ன பிரச்சினைகள் வரும் என்பது தெரியும். அத்துடன் இந்தச் செய்கை நம்மை நாமே தற்கொலை செய்துகொள்வது போல் இருக்கிறதல்லவா? நம்மிடம்தான் பாண்டிய தேசத்தின் அனைத்து வழித்தடங்களும் அவர்களுடைய பலம் பலவீனம் பின் அவர்களுடைய பொக்கிஷங்கள் எங்கு இருக்கின்றன என்பது வரைக்கும் தரவுகள் இருக்கிறதே..."

"ஆஹா! சரியாகச் சொன்னீர் அமைச்சரே, தற்கொலைப்படை தாக்குதல்தான்! அவர்கள் அதைத்தான் செய்யப்போகிறார்கள். நாம் நம் தேசத்தின் கதவுகள் அனைத்தையுமே திறந்து வைக்கப் போகிறோம் என்றால், எந்தவிதமான முன்னேற்பாடுகள் நாம் செய்யவேண்டும் என்பதை அறிந்துகொண்டுவிட்டுத்தான் இந்த ஏற்பாடுகள் அரங்கேறியிருக்கிறது. நம்மிடம் இருநூறு பாண்டிய நாட்டு வீரர்கள் கைதிகளாக இருக்கிறார்கள் என்பதுதான் இந்தச் சபைக்குத் தெரியும். ஆனால் ஏறக்குறைய ஐநூறு வீரர்கள் நம் நாட்டுக்குள் வந்துள்ளனர், அதில் முந்நூறு வீரர்களைச் சண்டையிட்டு வென்று, மீதி இருநூறு வீரர்களைக் கைதிகளாகப் பிடித்து வைத்திருக்கிறார் நம் ரதப் படைத் தளபதி சுவரன் மாறனும், குதிரைப் படை மற்றும் சுருள் வாள் படைத் தளபதி மாறன் பரமேஸ்வரனும்."

"இதையே ஒரு போர் ஒத்திகையாக எடுத்துக் கொள்ளலாம். இது பற்றி பாண்டியர்களுக்குத் தெரியாமலா போயிருக்கும்?" என்றார் அமைச்சர்.

“தெரியாமல்தான் இந்நாள்வரைக்கும் இருக்கிறது. ஏனெனில் இந்தப் பாண்டிய வீரர்கள் மக்களோடு மக்களாகக் கலந்து இன்றிலிருந்து இரு அம்மாவாசை தினத்திற்கு முன்பு குடந்தையில் இருக்கக்கூடிய திருவிடைமருதூர் அருகே ஒன்றுகூட உத்தேசப் பட்டனர். திடீரென்று மக்களின் நடமாட்டம் அதிகமாக இருக்கிறதே என்று நம் ஒற்றர்கள் கூறிய தகவலை வைத்தும், மாறன் பரமேஸ்வரனின் குதிரைப் படையில் ஒரு பிரிவான பறக்கும் படையும் இதே தகவலைச் சொல்ல, உடனே திருவிடைமருதூரில் இருக்கக்கூடிய கடிகைக்குத் தகவல் அனுப்பி, வீரர்களைத் தயார் செய்து, பாண்டியர்களை வேப்பத்தூர் அருகே தடுத்து நிறுத்திப் போரிட்டு கைது செய்து வைத்துள்ளோம்.

‘இதைப் பற்றி மக்களுக்கு எதுவுமே தெரியாதா’ என்று நீங்கள் கேட்கலாம். இதைப்பற்றி மக்களுக்கும் தெரியும், சபையில் இருக்கக்கூடிய உங்களுக்கும் தெரியும் என்று நான் அறிவேன். ஏனெனில் ஐநூறு வீரர்கள் ஒன்றுகூடி ஒரு போர் நடக்கிறது என்றால் அதனுடைய ஓசையும் அதனுடைய அசைவும் உங்களுக்கெல்லாம் தெரியாமலா போயிருக்கும். இருந்தாலும் நம் தேசத்தில் அனைவருக்கும் நாவடக்கம் இருந்தமையால் இந்தச் செய்தி காட்டுத் தீ போல் பரவாமல், நம் தேசத்தின் நன்மைக்காக நடந்தது என்று அனைவரும் அமைதியாக இருந்திருக்கிறீர்கள் என்று நினைக்கிறேன். ஒரு மன்னனாக இந்தச் செயலுக்கு நான் உங்கள் அனைவருக்கும் என் சிரம் தாழ்ந்த நன்றி கூறிக்கொள்கிறேன்.

நான் முன்னே சொன்னது போல், இந்தப் போரைப் பற்றி நம் நாட்டுப் பெண்களுக்குக் கூறிவிடுங்கள். அவர்கள் இந்த நாடு முழுவதும் இச்செய்தியைப் பரப்பி விடுவார்கள். இது மட்டும் இல்லாமல், போர் நடக்கும் பொழுது மக்களைப் பாதுகாப்பான இடங்களில் இருக்கச் சொல்லவேண்டும். பாண்டியர்கள் யுத்த நெறிமுறையைக் கடைப்பிடிப்பவர்கள். அதனால் கண்டிப்பாக கோவில்கள் மீதும், மக்கள் வாழ்விடம் மீதும் தாக்க மாட்டார்கள் என்று நம்புகிறேன். இருப்பினும், மக்களை கோவில்களுக்குள் இருக்கச் சொல்லுங்கள். மக்களுக்குத் தேவையான உணவு, குடிநீர் அனைத்தும் கிடைக்கும் வகையில் செய்யுங்கள்.

நம் தேசத்தின் மகன்களுக்கும் போர்க்கலையில் பயிற்சி தந்திருக்கிறோம் அல்லவா? அவர்களை கோவில்களைப் பாதுகாக்கச் சொல்லுங்கள். கோவில்களில் இடம் இல்லாதவர்களை ஆதுரசாலைகளுக்கு அனுப்பிவையுங்கள்.

அவசர உதவிக்கு ஒவ்வொரு ஊரிலும் பறக்கும் படைவீரர்கள் கண்டிப்பாக இருக்க வேண்டும். பின் எங்கேனும் எரி அம்பு வந்து விழுந்து நெருப்பு பிடித்தால் உடனே அதை அணைக்க நீர் வேண்டும். மற்றும் அந்த நெருப்பை அணைக்க, பழக்கப்படுத்திய யானைகளையும் தயார் நிலையில் வைத்துக் கொள்ளுங்கள். அதற்கும் தக்க ஏற்பாடுகளைச் செய்யுங்கள். இதற்கு நாம் தயாராவோம்" என்று மன்னர் கூற, சபையும் அதை ஏற்றுக்கொண்டு ஆமோதித்தது.

மன்னர் அமைச்சர்களை அழைத்து, "மக்களின் நலனைப் பார்க்க வேண்டிய ஏற்பாடுகளைச் செய்யுங்கள். இன்றே அனைத்துக் கோவில்களிலும் தானியங்களையும், மருந்துகளையும் கொண்டுசென்று சேர்த்துவிடுங்கள். மக்களின் கால்நடைகளைப் பத்திரமாக வைக்க நம் கடிகையில் இருக்கக்கூடிய தொழுவங்களில் கட்டி வைக்கச் சொல்லி விடுங்கள்.

கடிகைகளைப் பாதுகாக்க கண்டிப்பாக வீரர்கள் இருப்பார்கள். இருப்பினும் 'வீட்டுக்கு ஒருவர் என்று கால்நடைகளை தொழுவத்தில் கட்டிய குடும்பத்தில் இருந்து வந்து பார்த்துக் கொள்ளவேண்டும்' என்று கூறிவிடுங்கள். ஏனெனில் கால்நடைகள்தான் மக்களின் தலையாய சொத்து. அதை பத்திரமாக அவர்கள் வைத்திருந்தால்தான் போருக்குப் பின் அவர்களுடைய வாழ்வாதாரத்திற்கு எந்தவிதச் சங்கடமும் வராமல் இருக்கும். 'பாண்டியர்களுக்குத் தக்க பாடம் புகட்டிய பின், நம் தேசத்தில் இருக்கும் ஒவ்வொரு வீட்டுக்கும் ஐம்பது பொற்காசுகள் தரப்படும்' என்றும் கூறிவிடுங்கள்" என்று மன்னர் கூறினார். அமைச்சர் பெருமக்கள் இதற்கு ஒப்புக்கொண்டு 'சரி' என்று கூறினார்கள்.

"என் வீரமிக்க தளபதிகளே! இந்த வியூகத்திற்கு உங்களுடைய பங்களிப்புதான் மிகவும் முக்கியம். என் தளபதிகளே, போர்க்களத்தில் ஒரு குழுவாக நின்றுதான் போரிட வேண்டும், ஆனால் இம்முறை குழுவாகப் போர் செய்ய இயலாது. ஒவ்வொரு தளபதியும் ஒவ்வோர் இடத்தில் இருப்பீர்கள். அதேபோல் அவரவர் படையில் இருந்து வீரர்களை வெவ்வேறு தளபதிக்குக் கீழ் சண்டையிட அனுப்பவேண்டும். அதனால் உங்கள் படை வீரர்களிடம் கீழ்ப் பணிந்து தளபதிகள் கூறும் கட்டளைக்கிணங்க போரிடுமாறு கூறிவிடுங்கள். அத்துடன் நாம் இந்தப்போரில் கொக்கு வடிவ வியூகத்தைப் பயன்படுத்தவேண்டும். ஏனெனில், கொக்கின் உடம்பு நீண்டு இருக்கும். அந்த உடலின் நீளத்தை விட, இறக்கைகள் இன்னும்

நீண்டு இருக்கும். இப்படி இருக்கக்கூடிய கொக்கு எளிதில் அதனுடைய இரையாக இருக்கக்கூடிய மீனை நீரிலிருந்து கொத்தி எடுத்துவிடும்.

அதுபோல் நாம் எதிரியை இந்தக் கொக்கு வியூகத்தை வைத்து வீழ்த்த முடியும். எவ்வாறு என்றால் கொக்கின் முகப்பகுதி போல், நம் யானைப் படைகள் செல்ல வேண்டும். யானைப் படைக்குப் பின் அரணாய் நம் வில்லாளிகள் செல்ல வேண்டும். வில்லாளிகள் இருநூறு பேர் ஒவ்வொரு படையிலும் இருக்க வேண்டும். ஏனெனில் நூறு வில்லாளிகள் ஆயிரம் பேர் கொண்ட படையைத் தடுக்க வல்லவர்கள். நூறு வில்லாளிகள் ஒரு பெரும் படைக்கு அரண். நூறு வில்லாளிகள் ஒரு பெரும் படைக்கு சிம்ம சொப்பனம். நூறு வில்லாளிகளால் எதிரியின் மொத்தப் படையின் மனதில் பயத்தை விதைக்க முடியும். ஆக இந்த வியூகத்திற்கு வில்லாளிகள் மிகவும் முக்கியம்.

ஒரு நிமிடத்திற்கு நம்மிடம் மூன்று அம்புகளை நாண் ஏற்றி விடக்கூடிய வில்லில் இருந்து நூறு வில்லாளிகள் அம்பு எய்தால் அந்த ஒரு நிமிடத்திற்கு முந்நூறு அம்புகள் எதிரியைத் தாக்கும். இவ்வாறு நாம் தொடர்ந்து அம்பு மழை பொழிந்து நம்மை எதிர்த்து வரக்கூடிய பாண்டியர்களை நிலைகுலைய வைக்க முடியும். நூறு பேருக்கு இப்படி என்றால் நாம் இருநூறு பேர் வைத்து, முதல் நூறு வில்லாளிகள் அம்பு தொடுத்தவுடன், அடுத்த கணமே அடுத்த நூறு வில்லாளிகளை வைத்துத் தாக்கினால், இன்னும் வேகமாக அவர்கள் நிலைகுலைந்துவிடுவார்கள். இவர்களுக்குப் பின் காலாட்படை வீரர்கள் வேலும் வாளும் ஏந்தி எதிரியை நோக்கி முன்னேறினால், என்ன நடக்கிறது என்று யோசிக்கும் முன்னே சுத்தமாக நிலைகுலைந்து விடுவான். இந்தக் கொக்கு உடம்பிற்கு இறக்கை போல், நம் ரதப் படை இரண்டு பக்கமும் இருக்க வேண்டும். தங்களுக்கு முன்னே இருகையிலும் சுருள் வாள் வைத்து சண்டையிடக்கூடிய வீரர்கள் இருக்க வேண்டும். நம் வில்லாளி தாக்க ஆரம்பித்துவுடன், சுருள் வாள் படையினரும் ரதப் படையினரும் முன்னேறிச் செல்ல வேண்டும். ஒவ்வொரு ரதத்திலும் ஆறு வீரர்கள் இருப்பார்கள் அல்லவா, அவர்களும் வில் வித்தை தெரிந்தவர்களாக இருப்பார்கள்தானே. அதனால் ரதங்கள் முன்னேற முன்னேற, நம் அம்புகள் எதிரியைத் துளைத்துக்கொண்டே இருக்கும்.

சங்கரநாராயணன் அவர்களின் வடிவமைப்பில் ரதங்களில் கூட நிறைய ஆயுதங்களைப் பொருத்தி இருக்கிறார் அல்லவா,

அதையும் நாம் பயன்படுத்தி எதிரிகளை வீழ்த்துவோம். சுவரன் மாறா, நம்முடைய யானைக்குத்தி ரதங்கள் தயார் நிலையில் இருக்கிறதல்லவா?"

"ஆம் மன்னா, அவ்வகை ரதங்கள் தயார் நிலையில் இருக்கின்றன."

"இந்த ரதங்களில் மூன்று பேர் மட்டுமே பயணம் செய்ய முடியும். ஒரு ரத சாரதி, இரண்டு யானைக்குத்தி இயந்திரத்தைப் பிரயோகம் செய்பவர்கள். இந்த இயந்திரத்தில் நாம் நன்றாகக் கூர் செய்த ஈட்டிகளை அம்பு போல் பிரயோகம் செய்வோம். இந்த ஈட்டி அல்லது அம்பு எதிரியின் போர் யானை மேல் பட்டால், யானை பலத்த காயம் படும், அதேபோல் அதனின் வேகமும் குறையும்" என்றான் சுவரன்மாறன்.

"அப்படி என்றால் இந்த யானைக்குத்தி இயந்திர ரதத்தை கொக்கு வகையில் இருக்கக்கூடிய ரதங்களில் இரண்டின் கூட்டுத் தொகைப்படி இரண்டு, நான்கு, ஆறு, எட்டு என இந்த ரதங்களைப் பயன்படுத்துவோம்" என்றார் மன்னர். பின் "இந்தப் போரில் இரண்டு குதிரைகள் பூட்டிய ரதங்களைப் பயன்படுத்துவோம்.

இந்த வியூகத்தின் மூலம் நீரில் எவ்வாறு தடுப்பணை கட்டி விடுவோமோ அதுபோல நம்மை எதிர்த்து வரும் படையினருக்கு தரையில் ஒரு தடுப்பணை கட்டினால், மதகைத் திறந்து விட்டதும் நீர் வெளியேறும் வேகம் போல், நம்முடைய தாக்குதல் செயல்படும். அதைக் கண்டிப்பாக எதிரி நாட்டு வீரர்கள் தாக்குப்பிடிக்க முடியாது. அதனால் இந்த வியூகத்தின்படியே நாம் செயல்படுவோம். பின் போர் ஓரிரு நாட்கள் நடக்கிறது என்றால் தளபதிகள் அவ்விடத்தில் என்ன வியூகம் செய்யலாம் என்று யோசித்து முடிவு எடுத்துக் கொள்ளுங்கள். ஆனால் முதல் நாள் யுத்தத்தில் நாம் கொக்கு வியூகத்திலேயே செயல்படலாம்."

இவ்வாறு மன்னர் பேசி முடிக்க, அவனி சந்திரன் மன்னரைப் பார்த்து ஒரு கேள்வி எழுப்பினான்.

"மன்னா! இந்த யுத்தம் திறந்த வெளியில் நடக்கும் பொழுது நாம் கொக்கு வியூகத்தைப் பயன்படுத்தலாம். ஆனால் இதுவே அவர்கள் கோட்டையை முற்றுகை இட்டார்கள் என்றால், அச்சமயத்தில் எந்த வியூகத்தைப் பயன்படுத்தலாம்?" என்று கேட்டான்.

“இது ஒரு நல்ல கேள்வி. இந்தக் கேள்வி உன் மனதில் எழுந்து இருக்கிறது என்றால் இதற்குண்டான விடையையும் நீ யோசித்து வைத்திருப்பாய் அல்லவா? அதனால் நீயே எந்த வியூகம் இதற்குச் சரியாக இருக்கும் என்று சொல்” என்றார் நந்திவர்ம பல்லவன்.

“மன்னா! கோட்டைகளை அவர்கள் முற்றுகையிட்டார்கள் என்றால், அதை முறியடிக்க நாம் மூன்றாம்பிறை வியூகத்தில் சண்டையிட வேண்டும். அதுவே சரியாக வரும் என்று எனக்குத் தோன்றுகிறது.”

“ஏன் மூன்றாம்பிறை வியூகம்?” என்று மன்னரும் சபையோரும் கேட்க, “மூன்றாம் பிறை இருபக்கமும் கூறாகவும், நடுவில் இருக்கும் அரை வட்டமும் கூறாகவும் இருக்கும். இந்த நடுவில் இருக்கும் அரை வட்டத்திற்குப் பின்னால் இருக்கக்கூடிய கோடு இந்த இரண்டுக்கும் நடுவே நமக்கு ஒரு இடைவெளி கிடைக்கும்.”

“சரி, அதற்கு என்ன?”

“அதற்கு என்ன என்றால் மன்னா, உள் கூட்டில் இருக்கக்கூடிய அரைவட்டத்தில் வலது இடது புறத்தில் இருக்கக்கூடிய கூர் பகுதியிலும் நாம் வாள், சுருள் வாள், ஈட்டி போன்ற கூரான ஆயுதங்களுடன் முன் வரிசையில் நின்று சண்டையிடுவோம். முன் வரிசைக்கும் பின் வரிசைக்கும் இடைப்பட்ட பகுதியில் நம் வில்லாளிகளை வைத்து கோட்டையின் உள்ளும் கோட்டையின் மேலும் நின்று அம்பு எய்தால், கோட்டையை முற்றுகையிட்ட எதிரியை நாம் எளிதில் வென்றுவிடலாம்.

“ஒருவேளை அவன் பாறை வீசும் இயந்திரங்களை வைத்துச் சண்டையிட்டால் என்ன செய்வது?” என்று மன்னர் கேட்க, “மன்னா, நாம்தான் அடங்காத மாட்டை தொழுவத்தில் அல்லவா கட்டி அடிக்கப் போகிறோம், அப்படியிருக்கையில் அவனிடம் எவ்வாறு இந்த இயந்திரங்களை அடுத்த நாட்டினுள் கொண்டுவரமுடியும்?” என்று அவனி சந்திரன் மன்னருக்குப் பதிலளித்தான்.

“சரிதான். ஆனால் அவ்வாறு எடுத்து வந்தால் என்ன செய்வது?” என்று மன்னர் மீண்டும் கேள்வி எழுப்பினார். “அவ்வாறு எடுத்து வந்தால், நாம்தான் ஒவ்வொரு கோட்டையிலும் ரகசிய சுரங்க வழி வைத்து அது ஊரில் உள்ள வாய்க்காலில் சென்று முடியும் அளவிற்கு வைத்திருக்கிறோம் அல்லவா, அதன் வழியே வீரர்களை அனுப்பி, இவர்களுக்குப் பின்னால் ஒரு

மூன்றாம் பிறை வியூகம் அமைத்து பின்னிருந்து தாக்குவோம். அப்பொழுது அவர்கள் நம்மைச் சுற்றிவளைத்ததை விட நாம் அவர்களைச் சுற்றிவளைத்தது போல் இருக்கும்."

"சபாஷ்! இது நல்ல யோசனைதான். ஆனால் இதில் நாம் பின்னிருந்து தாக்க வேண்டாம், பின்னால் சென்று நாம் வந்திருக்கிறோம் என்பதை கோஷமிட்டுக் காட்டி, அந்தச் சத்தத்தின் மூலம் அவர்களைத் திருப்பி, அவர்களுக்கு முன் நின்று சண்டை இடுவோம்" என்றார் மன்னர். "அப்படியே ஆகட்டும் மன்னா!" என்று சபை முழுக்க அதற்கு ஒப்புதல் கொடுத்தது.

"ஆக, பல்லவ தேசம் போருக்குத் தயாராக இருக்கிறது. எனக்கு என்னுடைய அமைச்சர்களையும் தளபதிகளையும் பார்க்கும்பொழுது மிக்க மகிழ்ச்சியாக இருக்கிறது. ஏனெனில் 'போர் வேண்டாம்' என்றாலும் சரி என்று சொல்கிறீர்கள். அதிலுள்ள சாதக பாதகங்களை அலசி ஆராய்ந்து என்னிடம் விவாதிக்கிறீர்கள். 'போர் செய்யலாம்' என்றாலும் சரி என்று கூறி, சாதக பாதகங்களைச் சொல்கிறீர்கள். இதைப்போல் மன்னருக்கு ஒரு சபை அமைந்தால் அவன் நூறாண்டு காலம் கூட நல்லாட்சி செய்ய முடியும். மகிழ்ச்சி!

இப்பொழுது என் கணிப்புப்படி நான் முன்னே சொன்ன ஊர்களில் யார் யார், எங்கெங்கே இருக்கப் போகிறீர்கள் என்பதைக் கூறுகிறேன். அதன்படி செயல்படுங்கள். நம் அனைத்துப் படைகளுக்கும் தளபதியான உதயசந்திரன், குதிரைப் படை மற்றும் சுருள் வாள் படை மாறன் பரமேஸ்வரனும் ஒன்றிணைந்து திருத்தணிக்குச் சென்று அங்கே இருக்கக்கூடிய நிலவரத்தைப் பார்த்து, அங்கேயே உங்களுடைய வீரர்களைத் தயார் நிலையில் வைத்துக்கொண்டு இருங்கள்.

ஏன் திருத்தணிக்கு மட்டும் இவர்கள் இருவரையும் அனுப்பி வைக்கிறேன் என்ற எண்ணம் உங்களுக்குள் உதிக்கலாம். ஏனெனில் திருவொற்றியூரில் இருந்து திருத்தணி அருகில் இருக்கிறது. திருத்தணியில்தான் நம்முடைய பேரங்காடிகள் நிறைய இருக்கின்றன. செல்வப் புழக்கமும் அங்குதான் அதிகம். அதனால் பாண்டியர்களின் கண்கள் திருவொற்றியூர் வழியே திருத்தணியைச் சென்றடையப் பார்த்திருக்கும். நாம் வாயில்களை மூடாமல் திறந்து வைப்பது என்று முடிவெடுத்த பிறகு, நாட்டின் முக்கியமான நகரங்களை அல்லவா பாதுகாக்க வேண்டி இருக்கிறது. அதனால் நீங்கள் இருவரும்

திருத்தணிக்குச் சென்று, அதன் சுற்றுவட்டாரப் பகுதிகளைப் பார்த்து தயார் நிலையில் இருங்கள்.

ரதப் படைத் தளபதியான சுவரன் மாறன், நேராக காஞ்சி கடிகைக்குச் சென்று சங்கரநாராயணன் அவர்களைப் பார்த்து ஏதேனும் புது போர் ஆயுதங்களின் நிலவரம் எவ்வாறு இருக்கிறது என்று கேட்டுவிட்டு, கடிகையில் போர்க்களத்திற்குத் தயாராகும் நிலையில் இருக்கக்கூடிய மாணவர்களை உன்னுடன் அழைத்துக் கொள். அதேபோல் மருத்துவம் படித்துக் கொண்டிருக்கும் மாணவர்களையும் அழைத்துக்கொண்டு ஒவ்வொரு ஊருக்கும் சரிபாதியாகப் பிரித்து அவர்களை அனுப்பி விடு. பின் போர்ப் பயிற்சி பெற்றுக் கொண்டிருக்கும் மாணவர்களில் இரண்டு ஆண்டுகள் முடித்த மாணவர்களை சரிபாதியாகப் பிரித்து உன் ரதப் படையிலும் மீதமுள்ளவர்களை இந்த கண்டியூர் அரண்மனைக்கும் அனுப்பிவிடு. இவர்களை உன்னுடைய படையுடன் சேர்த்துக்கொண்டு நீ மணலூருக்குச் சென்றுவிடு" என்று சொன்னார் மன்னர்.

"சரி, அப்படியே செய்கிறேன்" என்றான் சுவரன்மாறன்.

மீண்டும் மன்னர் பேச ஆரம்பித்தார், "காஞ்சி போல்தான் மற்ற அனைத்துக் கடிகைகளும். அதனால் அங்கு பயிலும் மாணவர்களை அந்த ஊர்க்காவல் படையில் சேர்த்து இந்தப் போர் காலம் முடியும் வரை வேலை பார்க்கச் சொல்லுங்கள். எந்த நேரமாயினும் தயார் நிலையில் இருக்கச் சொல்லுங்கள்" என்றார்.

"யானைப் படையின் தளபதி மங்கல நாடாழ்வான் சுவரன் மாறனுடன் சேர்ந்து மணலூரையும் சுற்றி இருக்கக்கூடிய இடங்களையும் நமக்குள், நம் அரணுக்குள் வைத்துக் கொள்க.

கோட்டைக் காவல் தளபதி அதிரன் புல்லன், நாடு முழுக்க இருக்கக்கூடிய கோட்டைகளுக்குச் சென்று அவற்றினுடைய அரணைச் சோதித்துவிட்டு நாம் நாணயம் அச்சிடக்கூடிய கோட்டையான வெண்குளிக்கோட்டைக்குச் சென்று விடுங்கள். அந்த கோட்டை இயற்கையாகவே நீரை அரணாகக் கொண்டு இருக்கிறது. ஒரு சின்னத் தீவு போல்தான் இருக்கிறது. இருந்தாலும் நீங்கள் ஒரு நூறு வீரர்களுடன் அந்தக் கோட்டையைப் பாதுகாத்துக் கொள்ளுங்கள். நாணயம் அச்சிடும் வேலை ஒரு நாளும் நின்றுவிடக்கூடாது, அதற்காகவே இந்த ஏற்பாடு. உள்நாட்டில் நம் மக்களுக்கும்

நாணயப் புழக்கம் தேவை. அதேபோல் நம் வணிகர்களுக்கும் அயல்நாட்டுக்குக் கொடுக்க பல்லவ தேசத்தின் நாணயங்கள் தேவை. இதைச் சரிவர கவனிக்க நீங்கள் அந்தக் கோட்டைக்குத் தேவை" என்று கூறினார் மன்னர்.

"அவனி சந்திரன் என்னுடன் இந்தக் கோட்டையினுள் இருப்பான். உங்கள் அனைவருக்கும் ஒரு சந்தேகம் இருந்திருக்கும் அல்லவா, ஏன் இன்றைய சபை இங்கு நந்தவனத்தில் நடந்திருக்கிறது என்று. அதற்குக் காரணம், ஏற்கெனவே பாண்டிய தேசத்தவர்களுக்கு நம் நாட்டின் அரண் பற்றியும், நாட்டில் என்னென்ன எங்கெங்கு இருக்கிறது என்பதும் தெரியும். இருந்தும் நாம் அவர்களை பாண்டிய தேசத்தில் கொண்டு விட்டுவிட்டு வந்துள்ளோம். அப்படி இருக்க நம்முடைய போர் வியூகத்தையும், நாம் ஆயத்தம் ஆகிவிட்டோம் என்ற செய்தியையும் யாரேனும் நம்மிடையே சிக்காத ஒரு ஒற்றன் தெரிந்துகொண்டால்கூட இந்தச் செய்தி பாண்டியர்களுக்குச் சென்றடைந்து, அவர்கள் நம்மைத் தாக்கவேண்டாம் என்று நினைத்தார்கள் என்றால், அதுவே நம் முதல் வெற்றி. ஏனெனில் போர் என்பது மக்களுக்கு மிகவும் துன்பத்தைத் தரக்கூடிய ஒரு விஷயம். அதை இம்முறையும் தடுக்க முடியும் என்று நான் நினைக்கிறேன். அதனால் இந்தத் திறந்தவெளியில் போர் வியூகம் சபை அமைத்துப் பேசிக்கொண்டு இருக்கிறோம்.

என்னுடைய எண்ணப்படி பாண்டியர்கள் பின்வாங்க மாட்டார்கள், போர் என்று முடிவாகியபின் தூங்கக் கூடாது என்பதே அவர்களின் கொள்கை. போர் செய்ய ஆசைப்பட்டு விட்டு பின்வாங்குவது அவர்களின் மறவர் குலத்திற்கு அழகில்லை என்றுதான் நினைப்பார்கள். ஏதேனும் ஒருவகையில் இந்தச் சண்டை இல்லாமல் இருந்தால் மக்கள் அமைதியாக இருப்பார்கள் என்றுதான் என் மனதில் தோன்றிக்கொண்டே இருக்கிறது. போர் வேண்டாம் கூறுவதால் பாண்டிய ஒற்றர்கள் நம்மைக் கோழை என்று நினைத்தாலும் கூட அதைப்பற்றி நாம் கவலைப்படத் தேவையில்லை. ஏனெனில் நாம் என்பது நமக்கு நன்றாகத் தெரியும். வாராத பொழுது வருகிற பொழுது அதை நாம் வாரிக் கொள்ளத்தான் வேண்டும் அல்லவா. அதுக்குத்தான் நாம் இப்பொழுது ஆயத்தமாய் இருக்கிறோம். வெற்றி நிச்சயம்! மன அமைதியுடன் செயல்படுவோம்!" என்று மன்னர் கூறினார்.

நந்திவர்ம பல்லவன் மீண்டும், "ஆக, யார் யார் எங்கெங்கு இருக்க வேண்டும் என்பது இப்பொழுது அனைவருக்கும் புரிந்திருக்கும். போருக்கான ஆயத்த வேலைகளைப் பார்ப்போம். சபை கலையலாம்" என்றார்.

பின் மாளிகை மீண்டும் பரபரப்பானது, அனைவரும் தத்தம் உப தளபதிகளையும் உப அமைச்சர்களையும் அழைத்து, வேண்டிய கட்டளைகள் பிறப்பித்து போருக்கு ஆயத்தமானார்கள். அவரவர் அவரவர்களுக்கு நியமித்த வேலைக்கு கலைந்து செல்ல ஆரம்பித்தார்கள்.

அவ்வாறுதான் இன்று சுவரன் மாறன், குருநாதர் சங்கரநாராயணன் காஞ்சிக் கடிகையில் அமர்ந்து மாளிகையில் நடந்ததைப் பற்றிப் பேசிக்கொண்டு இருந்தனர். இவ்வாறு இவர்கள் பேசிக் கொண்டிருக்கையில் மேலிருந்து ராஷ்டிரகூட ஒற்றன் மதுசூதனன் பல்லவ தேசத்தில் நுழைந்தான்.

6. சுவரன் மாறனின் ஐயம்

“இத்தனை விஷயங்கள் கண்டியூர் மாளிகையில் நடந்தேறியதா? நம் மன்னர் நந்திவர்ம பல்லவரின் வியூகத்தின்படி இந்தப் போர் நடந்தால், இந்தப் போர் சரித்திரத்தில் மிகப்பெரிய வைரக்கல் போல் இருக்கும். இது நிறைய மாற்றங்களைக் கொண்டு வரும் என்று நினைக்கிறேன். அத்துடன் மன்னர் போர் நடக்காமல் இருந்தாலே நமக்கு வெற்றிதான் என்று கூறியது மிகவும் முக்கியமானது. மன்னருக்கு மக்களின் மேல் இருக்கக்கூடிய அவதானிப்பை அது காட்டுகிறது.

கொக்கு வியூகம் என் குருவான மகா தேவேந்திரர் கடிகையில் பயிலும் பொழுது மாமன்னர் முதலாம் பரமேஸ்வர பல்லவர் ஆட்சிக் காலத்தில் நடந்த போரில் பிரயோகம் செய்தார்களாம். அதில் எதிரிகளை இந்தக் கொக்கு வியூகம் வைத்து எளிதில் வெற்றியும் கண்டு இருக்கிறார்கள். அப்பொழுது கொக்கு வியூகத்திற்கு அதன் இறக்கைப் பகுதியில் யானைப் படைகளை வைத்திருக்கிறார்கள். அப்படி வைக்கையில் யானைகள் சற்று மெதுவாகவே செயல்படும் அல்லவா, அதனால் போர் நீண்ட நாள் நடந்திருக்கிறது. ஆனால் தாக்குதலின் பொழுது எதிரிகள் எதிர்த்து நின்ற வழித்தடமே தெரியாதது போல் நடந்தது. அந்தப் போருக்குப்பின் யாருமே கொக்கு வியூகத்தைப் பிரயோகம் செய்யவில்லை.

ஏனெனில் கொக்கு வியூகம் போரின் நேரத்தை மற்றும் நாட்களை இழுத்துக் கொண்டே செல்கிறது என்று நம்பப்பட்டது. ஆனால் ஏறக்குறைய 3 தலைமுறைகள் தாண்டி நம் அரசர் நந்திவர்ம பல்லவன் இந்த வியூகத்தின் தன்மையை அறிந்து இவ்வியூகத்தில் நிறைய மாற்றங்களைக் கொண்டுவந்து மீண்டும் கொக்கு வியூகத்திற்கு உயிர் கொடுத்திருக்கிறார். இதில் செய்த மாற்றங்களாக கொக்கின் வாய் பகுதியில் யானைகள், கொக்கின் உடல் பகுதியில் வில்லாளிகள், அவர்களுக்குப் பின் காலாட்படை, காலாட்படைக்குப் பின் குதிரைப்படை என உடலை வடிவமைத்தது. இந்த வியூகத்தில் மிகவும் முக்கியமானது இறக்கைகள்தான். அதில் சரியாக ரதப் படையையும், சுருள்வாள் படையையும் அத்துடன் யானை குத்தி இயந்திர ரதப் படையையும் சேர்த்துள்ளார். இதனால் கொக்கு வியூகத்தின் இறக்கைப் பகுதி மிகவும் வேகமாகச் செயல்படும். இப்படிச் செயல்படுவதால் எதிராளியின் எந்த ஒரு யூகமாக இருந்தாலும் அதை எளிதில் முறியடித்து முன்னேறி அவனுக்குத் தக்க பாடம் கற்பிக்க முடியும்" என்று குருநாதர் சங்கரநாராயணன் சுவரன் மாறனிடம் கூறினார்.

"குருநாதா, நீங்கள் சொல்வது சரிதான். இந்தக் கொக்கு வியூகத்திலும், நம் வெற்றியிலும் எனக்கு எந்த ஒரு ஐயப்பாடும் இல்லை. ஆனால் இந்தப் போர் பற்றி என் மனதில் இருக்கக்கூடிய ஒரே ஒரு நெருடல்தான் எனக்கு ஐயப்பாடாக இருக்கிறது."

"அது என்ன நெருடல்?" என்று குருநாதர் கேட்க,

"ஐயா, பாண்டியர்கள் சேரர்களை ஏற்கெனவே வென்றார்கள். அவ்வாறு வென்ற பின் அவர்களின் நிலப்பரப்பு, செல்வங்களை மட்டும் எடுத்துக் கொள்ளாமல், அவர்களுடைய தொழில்நுட்பத்தையும் பாண்டியர்கள் தங்கள் வசப்படுத்தினார்கள். அப்படிச் செய்ததால் பாண்டியர்களுக்குக் கிடைத்த ஒரு மகா பொக்கிஷம் சேரர்களின் உருக்கு. அந்த உருக்கு முறையை வைத்து மிகவும் உறுதியான மற்றும் எடை குறைந்த வாள்களைச் செய்து தங்களின் படையில் இருக்கக்கூடிய அனைத்து வீரர்களுக்கும் கொடுத்திருக்கிறார்கள். அந்த வாள் மிகவும் உறுதியானதாக இருக்கிறது. இது போரிடும் போது எக்காரணத்தைக் கொண்டும் உடையாதாம். சில நேரங்களில் அந்த சேரர் உருக்கு வாளை வைத்துச் சண்டையிடும் பொழுது, எதிர்த்து நிற்பவர்கள் தங்கள் கேடயத்தை வைத்து வாள் வீச்சைத் தடுக்க முயன்றால், கேடயம் கூட உடைந்து போய்விடுகிறது. அவ்வளவு உறுதியாக

இருக்கிறது அந்த வாள். பின் இதை இரு பக்கமும் கூர் செய்ய முடியும் என்றும் சொல்கிறார்கள். இப்படி ஒரு வாள்வீச்சை நாம் எவ்வாறு சமாளிக்கப் போகிறோம் என்றுதான் சிந்தித்துக் கொண்டிருக்கிறேன். அதுதான் என் மனதிலும் நெருடலாக இருக்கிறது" என்றான் சுவரன் மாறன்.

இதைக் கேட்டு சங்கரநாராயணன், "இதுதான் விஷயமா? இதற்காகவா உனக்கு மனதில் நெருடல்? இதோ ஒரு நொடியில் இதை சரி செய்கிறேன்" என்று கூறி அருகில் இருக்கும் சந்திரசேகரனை அழைத்து, "என் அறையில் இருந்து அதை எடுத்து வா" என்று கூறினார்.

"அப்படியே செய்கிறேன் ஐயா!" என்று சந்திரசேகரன், சங்கரநாராயணன் அறையில் இருக்கக்கூடிய நான்கு வாள்களை எடுத்து வந்தான். அந்த வாளைப் பார்க்கையிலேயே மிகவும் கூர்மையாக இருக்கிறது என்பதை உணர்த்துகிறது. அந்தக் கூர் இருக்கும் பக்கங்கள் 'பள பள பள' என்று இருந்தன. அதைக் கொண்டுவந்து நம் சங்கரநாராயணனிடம் சந்திரசேகரன் கொடுத்தான்.

"சந்திரசேகரா, வெளியே நிற்கும் வீரனிடம் இருந்து வாளை வாங்கிக்கொண்டு வா" என்றார் சங்கரநாராயணன்.

மறு நொடி தாமதிக்காமல் வேகமாகச் சென்று வெளியே நிற்கும் வீரனிடமிருந்து வாளை வாங்கி வந்தான். சந்திரசேகரன் கொண்டுவந்த வாளை சுவரன் மாறனிடம் கொடுத்து,

"மாறா, வா வாள் வீசலாம்" என்றார். குரு அழைத்த பின் ஏதேனும் பதில் பேச முடியுமா? உடனே மாறன் ஒப்புக்கொண்டு வாள் வீசத் தயாரானான்.

வாள் பயிற்சி எடுக்கும் இடத்தில் குருநாதர் சங்கரநாராயணனும் சுவரன்மாறனும் வாள் வீசத் தயாராக இருந்தனர்.

"ஆகட்டும் மாறா, வீசு" என்றார் சங்கரநாராயணன். அவர் அப்படிச் சொன்னவுடன் குருவைப் பார்த்து ஒரு வணக்கம் சொல்லிவிட்டு, வாளைச் சுழற்றி குருநாதரைத் தாக்கச் சென்றான். அவன் வீசிய வேகத்திற்கு வாள் எதிராளி மேல் பட்டால், பட்ட இடத்தில் ஆழமாகக் காயம் பதியும். ஆனால் எதிரில் நிற்பது நம் குருநாதர் சங்கரநாராயணன் அல்லவா, அவர் இவனுடைய வாளிலிருந்து லாகவமாகத் தப்பி, சுவரன் மாறனின் வாளின் மீது ஓங்கி அவருடைய வாளால் வெட்டினார். அந்த அடி சுவரன் மாறனின் வாள் மீது விழுந்த கணம், அவனின் வாள் இரண்டாக உடைந்தது.

இதைப்பார்த்த சுவரன் மாறன், "குருநாதா, நீங்கள் கையில் வைத்திருப்பது சேரர்களின் உருக்கு வாள்தானே... அதனால்தான் என்னுடைய வாள் இரண்டாக உடைந்து இருக்கிறது."

"ஆமாடா! இது சேரர்களின் உருக்கு வாள்தான். ஆனால் சேரர்களின் உருக்கு மட்டுமில்லை. இதில் பாண்டியர்களின் தொழில்நுட்பமும் இருக்கிறது. ஒரு விஷயத்தை யோசித்துப் பார்த்தாயா, இந்த உருக்கு வாளை வைத்திருக்கக்கூடிய சேரர்களை, பாண்டியர்கள் எவ்வாறு வென்று இருப்பார்கள்? அப்பொழுது அவர்கள் எதைக் கொண்டு அவர்களைத் தடுத்து நிறுத்தி வைப்பார்கள்?" என்று சங்கரநாராயணன் சுவரன்மாறனிடம் கேட்டார்.

"ஐயா, இதைப்பற்றி நான் நிறைய சிந்தித்து இருக்கிறேன். இதைக் கண்டுபிடிக்க முடிந்த அளவு முயன்றிருக்கிறேன். ஆனால் அதன் விடை எனக்குத் தெரியவில்லை." "சரி, ஒரு பொருள் உறுதியாக இருக்கிறது என்றால், அதனுடைய உறுதித்தன்மையைச் சோதித்துப் பார்க்க வேறொரு பொருள் மிக உறுதியாக உருவாகும் அல்லவா! இதுதானே காலத்தின் நியதி! அப்படி இருக்கையில் சேரர்களின் உருக்கைச் சோதிக்க பாண்டியர்கள் உருவாக்கியதுதான் இந்த வாள்" என்றார் சங்கரநாராயணன்.

"அப்படியென்றால் இந்த வாளைச் சமாளிக்க நாம் என்ன செய்வது?" என்றான் சுவரன் மாறன்.

"மீண்டும் உனக்கு நான் முன்னே கூறியதையே ஞாபகப்படுத்த விரும்புகிறேன், 'ஒரு பொருள் உறுதியாக இருக்கிறது என்றால், அதனுடைய உறுதித்தன்மையைச் சோதித்துப் பார்க்க வேறொரு பொருள் மிக உறுதியாக உருவாகும்' அல்லவா!" என்றார் சங்கரநாராயணன்.

"அப்படி என்றால் இதற்கு மாற்று என்ன?" என்றான் சுவரன் மாறன்.

"இந்தா, இப்பொழுது நீ பாண்டியநாட்டு தொழில்நுட்பத்துடன் இருக்கக்கூடிய இந்த சேரர்களின் உருக்கு வாளை வைத்துக்கொள்."

அப்படி சங்கரநாராயணன் அந்த வாளைக் கொடுத்துவிட்டு அவர் இடுப்பிலிருந்து ஒரு வாளை உருவி, "இப்பொழுது வாள் வீசு" என்றார். மீண்டும் குருவின் கட்டளைக்கிணங்க அவரைத் தாக்க முற்பட்டான் சுவரன் மாறன். அத்தாக்குதலில் இருந்தும்

லாகவமாக விலகி, சுவரன் மாறனின் வாள்வீச்சுக்கு பதில் தாக்குதல் கொடுக்க வாளைச் சுழற்றி சுவரன் மாறனைத் தாக்கினார் சங்கரநாராயணன். இப்பொழுது சுவரன் மாறன் வைத்திருந்த பாண்டியநாட்டுத் தொழில்நுட்பத்துடன் இருக்கக்கூடிய இந்த சேரர்களின் உருக்கு வாள், இரண்டு துண்டாக உடைந்து விழுந்தது. இதைப் பார்த்து மிகுந்த ஆச்சரியத்திற்கு உள்ளான சுவரன் மாறன்,

“எப்படி! இது எப்படி நடந்தது?” என்று தன் குருநாதரைப் பார்த்து சிறு குழந்தை போல் படபடத்துக் கேட்டான்.

எப்பொழுதும்போல் குருநாதர் சங்கரநாராயணன் அவர் முகத்தில் இருக்கக்கூடிய தேஜஸ் மாறாமல், “மீண்டும் நான் உனக்கு முன்னே கூறியதையே ஞாபகப்படுத்த விரும்புகிறேன், ‘ஒரு பொருள் உறுதியாக இருக்கிறது என்றால், அதனுடைய உறுதித்தன்மையைச் சோதித்துப் பார்க்க வேறொரு பொருள் மிக உறுதியாக உருவாகும்’ அல்லவா!” என்றார்.

“சேரர்களின் உருக்கு வாளை பாண்டியர்களால் முறிக்க முடியும் என்றால், ஏன் நம்மால் அது முடியாது? அந்தக் கேள்விக்குண்டான விடைதான் இந்த வாள். ‘ஆலும் வேலும் பல்லுக்குறுதி.’ அதுபோல், வீரன் கையில் இருக்கும் வாள் நாட்டின் பாதுகாப்புக்கு உறுதி! உறுதியான வாள் நம் வீரர்கள் கையிலும் இருக்க வேண்டும் என்ற எண்ணத்துடன் ஏறக்குறைய இரண்டு மண்டலம் போராடிக் கண்டுபிடித்த சூத்திரம் இது. அதனால் எப்பேர்ப்பட்ட எதிரி வந்து நம் நாட்டு வீரர்களுக்கு எதிரே வாள் வீசினாலும், நம் வாளின் வலிமை குறையாது. உறுதியோடு இருக்கும் நம் வாள். பல்லவ தேசத்தின் பெருமையாக இருக்கப்போகிறது இந்த வாள்” என்றார் சங்கரநாராயணன்.

இப்படி அவர் சொல்லக் கேட்டு என்ன செய்வது என்று தெரியாமல், அப்படியே தரையில் சாஷ்டாங்கமாக விழுந்து சங்கரநாராயணரின் பாதம் தொட்டு வணங்கி,

“உங்களைப் போல ஒரு குரு நம் பல்லவ தேசத்திற்கும் தேசத்து மாணவர்களுக்கும் கிடைத்தது இந்த இயற்கையின் அருள், ஆண்டவனின் அருள்” என்று கூறி எழுந்தான் சுவரன் மாறன்.

“அப்படியெல்லாம் ஒன்றுமில்லை. ஒவ்வொரு பல்லவ நாட்டுப் பிரஜையும் அவனால் இயன்ற ஏதேனும் ஒரு வேலையை நாட்டுக்காகச் செய்கிறான். அதேபோல்தான் நானும் என்னுடைய வேலையைச் செய்து கொண்டிருக்கிறேன்.

இதுபோன்ற வாள் அனைத்து வீரர்களுக்கும் தருவதற்காக நாடு முழுவதும் இருக்கக்கூடிய கடிகைகளில் கொடுக்கப்பட்டுள்ளன. நம்மிடம் ஒரு லட்சம் வீரர்களுக்கும் இந்த வாள் கொடுக்கப்படும். இதைத் தவிர இன்னும் நான்கு லட்சம் வாள்கள் நம்முடைய ஆயுதக் கிடங்கில் தயார் நிலையில் இருக்கின்றன. போர் தருணத்தில் ஒரே வாளை மீண்டும் மீண்டும் கூர் தீட்டிக் கொண்டு இருப்பதை விட, வாள்களை மாற்றி வைத்துக்கொள்வது நல்லது என்று மனதில் பட்டது."

"நீங்கள் செய்வது ஒன்றும் சாதாரண காரியமில்லை! மஹா காரியம்!" என்று சுவரன் மாறன் சொல்ல, அத்தருணத்தில் கடிகையில் உள்ள அனைத்து மாணவர்களையும் அனந்தவர்மன் அழைத்து வந்தான்.

அனைவரும் குருநாதர் சங்கரநாராயணனையும், சுவரன் மாறனையும் பார்த்து வணங்கி ஆறுக்கு மூன்று என்ற சீர் வரிசையில் நின்றனர். இவர்கள் நின்று கொண்டிருக்கும் இடம் அன்றாடம் பயிற்சி முடிந்து குருநாதர் பேசக்கூடிய ஒரு மண்டபம். அந்த மண்டபத்தின் மேடையில் மேல் நின்று மிகக் குறைந்த ஒலியில் பேசினால்கூட அந்த மண்டபத்தின் வாயில் கதவருகே நின்றுகொண்டு இருக்கக்கூடியவனுக்கும் மிகத் துல்லியமாகவும் சத்தமாகவும் கேட்கும் வகையில் கட்டமைக்கப்பட்டிருக்கிறது. அந்த மேடையில் சங்கரநாராயணனும், சுவரன் மாறனும் நின்றுகொண்டு கண்டியூரில் நடந்த ஆலோசனைக் கூட்டத்தைப் பற்றியும், போருக்கு எவ்வாறு ஆயத்தமாவது என்பதைப் பற்றியும் மாணவர்களிடையே உரையாற்றினர். இதைக் கேட்டு மாணவர்கள் அனைவரும் உத்வேகம் கொண்டு ஒன்றாகக் கூச்சலிட்டு, "இந்தப் பல்லவ தேசத்திற்கே வெற்றி உருவாக்குவோம்" என்று ஒரு சேரக் கூறினர்.

பின் சுவரன் மாறன் அங்கு இருக்கக்கூடிய மாணவர்களிடையே "உங்களில் யார் இரண்டு வருடம் இந்தக் கடிகையில் பயின்றவர்கள் இருக்கிறீர்கள்?" என்று கேட்க, ஏறக்குறைய அந்தக் கடிகையில் இருக்கக்கூடிய அனைத்து மாணவர்களும் இரண்டு வருடங்கள் அங்கு படித்த மாணவர்கள்தான் இருக்கிறார்கள். அதனால் அனைவரையும் மன்னரின் கட்டளைக்கிணங்க அவனுடைய படையில் இணைத்துக் கொள்வதாக குருநாதர் சங்கரநாராயணனிடம் கூறிவிட்டு, மாணவர்களைப் பார்த்து, "உங்களில் யாருக்கெல்லாம் ரதம் ஓட்டத் தெரியும்?" என்று கேட்டான். அனைவருமே அதற்கும் கையை உயர்த்திக் காட்டினர். "நன்று, மிக நன்று!" என்று கூறி,

“நாளை பொழுது புலர்ந்த பின் நாம் இந்த இடத்தில் இருந்து நகர்வோம். அனைவரும் தயாராக இருங்கள்” என்றான். பின் அனைவரும் அந்த மண்டபத்தை விட்டு வெளியே வந்தனர். தத்தம் வேலைகளைப் பார்க்க ஆயத்தமாகிச் சென்றனர்.

சுவரன் மாறனும் குருநாதர் சங்கரநாராயணனிடம் விடைபெற்று நேராக காஞ்சியின் அழகுக்கு அழகு சேர்ப்பது போல் அமைந்த ராஜசிம்ம ஈஸ்வரன் கோவிலுக்குச் சென்று, ஆண்டவனைத் தரிசித்துவிட்டு மீண்டும் கடிகைக்கு வந்தான்.

வந்தவன், இரவு உணவு உண்டுவிட்டு மாணவர்களிடையே பேசிக் கொண்டிருந்தான். அப்பொழுது மாணவர்கள் கேட்கும் கேள்விகளுக்குப் பதில் கூறிக்கொண்டு அவனும் ஒரு சக மாணவன் போல் மாணவர்களோடு மாணவனாகக் கலந்து மகிழ்ந்து இருந்தான். இதைப் பார்த்த சங்கரநாராயணன், ‘எத்தனையோ போர்களில் வாகை சூடப் போகிறவன் தளபதி ஆன பின்னும் கடிகைக்குப் புதிதாகச் சேர்ந்த மாணவன் போல் மாணவருடன் சேர்ந்து இருக்கிறானே’ என்று நினைத்துக்கொண்டு, “சிவசிவா! இன்று போல் என்றுமே இந்த பல்லவ தேசம் மகிழ்ச்சியாக இருக்கவேண்டும்” என்று வாய்விட்டுக் கூறிவிட்டு, உறங்கச் சென்றார்.

பின் அனைவரும் உறங்கி காலை கதிரவனின் முதல் கதிர்வீச்சு வெளிவரும் அந்த நாழிகையில், காஞ்சியில் இருக்கும் கடிகையில் இருந்து ரத, கஜ, துரக, பதாதி என சுவரன் மாறனின் இளம் படை மணலூரை நோக்கிப் பயணப்பட்டது.

அத்தருணத்தில் காஞ்சியிலிருந்து சாம்பல் நிறப் புடவையில் ஒருத்தி ஒரு செய்தியோடு கங்கதேசத்தில் இருக்கக்கூடிய ராஷ்டிரகூடத்தின் இளவரசனான துருவனைக் காண, வேகமாக காஞ்சியின் எல்லையைக் கடந்து சென்று கொண்டிருந்தாள்.

7. பாண்டியனின் ராஜ்ஜியத்தில்

பல்லவ தேசத்தில் இவ்வாறெல்லாம் நிகழ்வுகள் நடந்து கொண்டிருக்கும் சூழ்நிலையில் பாண்டிய தேசத்தில் ஒற்றர்கள் பாண்டிய மன்னன் அரிகேசரி பராங்குச மாறவர்மனின் சபைக்குச் சென்று, பல்லவ தேசத்தில் நடந்த அனைத்து நிகழ்வுகளைப் பற்றியும் கூறி, "பல்லவர்களின் கட்டமைப்பு மிகவும் நன்றாக இருக்கிறது. நீண்ட ஆண்டுகளாக இருக்கக்கூடிய கரையான் புற்றை எப்படிப் பிடிப்பது கடினம், அது போல்தான் பல்லவ தேசத்தின் மீது போர் தொடுத்து வெற்றிவாகை சூடுவது கடினம். இதனால் பல்லவர்களை வெல்லவே முடியாது என்று நாங்கள் கூறவில்லை, பல்லவர்களை வெல்ல நாம் நிறைய வீரர்களுடன் சென்று போரிட வேண்டும்.

தேன்கூட்டில் இருந்து கிளம்பி தேனீ செயல்பட வேண்டும். அவர்களுடைய கோட்டைகளும், கடிகைகளும் மிகவும் வலுவாக இருக்கின்றன. அவர்களைச் சமாளிக்க நாம் வேகமாகச் செயல்பட வேண்டும். பல்லவர்கள் வியூகம் அமைப்பதில் மிகவும் வல்லவர்களாக இருக்கிறார்கள். சிறிது நாட்கள் நான் யானைப் பாகனாக இருந்து ஒற்று அறிந்து வந்துகொண்டிருந்த காலத்தில், நான் இதைத் தெரிந்து கொண்டேன்" என்று ஒரு ஒற்றன் கூறினான்.

"ம்ம்... வியூகங்கள் என்றால் எவ்வாறு ஆனவை?" என்று பாண்டியன் அரிகேசரி பராங்குச மாறவர்மன் கேட்க,

"மன்னா, அவர்களின் போர் வியூகங்கள் மிகவும் விசித்திரமானவை. மிருகங்களிடமிருந்து வியூகங்களைக் கற்றுக்கொள்கிறார்கள்.

எவ்வாறு என்றால் யானை வியூகம், நரி வியூகம், கழுகு இறக்கை வியூகம், மான் வியூகம் என ஏறக்குறைய அனைத்து விலங்குகளின் கூட்டுச் செயல்பாடு, வேகம், விவேகம், அறிவார்ந்த செயல் என மிருகங்களிடமிருந்து அந்தந்த நற்குணங்களை எடுத்து அதை மனிதனுக்குத் தகுந்தவாறு தொகுத்து போர்க்கலைத் தந்திரத்தின் மேல் இதைப் பிரயோகம் செய்து வியூகங்களாக வகிக்கிறார்கள் பல்லவர்கள். அதைப் புத்தகமாகவும் எழுதி கடிகையில் படிக்கும் ஒவ்வொரு மாணவன் கையிலும் கொடுத்திருக்கிறார்கள். அதனால் ஒவ்வொரு வீரனும் அதைப் பாடம் செய்து வைத்திருக்கிறான்."

"சரி, மேலே சொல்லுங்கள்" என்றார் பாண்டிய மன்னர்.

"மன்னா! அவர்களின் நீர் வழித்தடமும் நில வழித்தடமும் நல்ல அரண் வாய்ந்ததாக இருக்கின்றன. அத்துடன் அந்தப் பல்லவ தேசத்தில் எவரும் செல்வத்துக்கு மயங்குவது போல் இல்லை. 'உழைப்பைக் கொண்டு செல்வத்தைப் பெற்றுக்கொள்ளலாம்' என்ற எண்ணம் உடையவராக இருக்கிறார்கள். அதனால் அவர்களை எது சொல்லியும் மயக்கி வேறு ஒரு நாட்டுக்காக வேலை செய்ய வைக்க இயலாது. நாம் அவர்களை நேரடியாகப் போர் செய்து வெல்லவேண்டும். நாட்டிற்குள் சென்று ஏதேனும் கிளர்ச்சி செய்து வெல்லலாம் என்றால், அதற்கு பல்லவர்கள் வாய்ப்பைக் கொடுக்க மாட்டார்கள். ஏனெனில் நான் முன்னே சொன்னது போல் செல்வத்தின் மீது ஆசை இல்லாத மக்கள் இருப்பதால், யாரையும் விலைக்கு வாங்கி ரகசியத்தை நம்மால் வாங்க முடியாது.

பின்பு அந்நாட்டுத் தளபதிகளைப் பற்றி சொல்லியே ஆகவேண்டும். ஆகச்சிறந்த படைவீரர்களை, தளபதிகளைக் கொண்டுள்ளது பல்லவ தேசம். ஒவ்வொரு படையையும், படை வீரர்களையும் ஒரே மாதிரி நடத்துகிறார்கள் பல்லவ தேசத்தில். அதனால் அவர்களுக்கிடையே தளபதி, உபதளபதி, படை வீரன் என்ற வேறுபாடு இல்லாமல் அனைவரும் சக நட்புரிமை பாராட்டி படையிலிருந்து வந்து கொண்டிருக்கின்றனர். அத்துடன் பல்லவர்களுக்கு நாடு பிடிக்கும் ஆசை இல்லை.

அந்நாட்டு மன்னன் இரண்டாம் நந்திவர்மன், நாட்டு மக்களையே பெரிய செல்வமாகக் கருதுகிறான். மக்கள் மகிழ்ச்சியாக இருந்தால் மன்னன் மகிழ்ச்சியாக இருக்கலாம் என்ற கோட்பாட்டில் ஆட்சிபுரிந்து வருகிறான். மக்களால் எளிதில் மன்னனை நெருங்க முடிகிறது. கோவில்கள், குளங்கள், ஏரிகள், விளைநிலங்கள், கடிகையில் கல்வி என இவர்களுடைய வாழ்வியல் இருக்கிறது மன்னா.

பின்பு பொக்கிஷங்கள் எல்லாம் மணலூர், கண்டியூர், திருத்தணி ஆகிய நகரங்களில் வைத்திருக்கிறார்கள். இதுவே பல்லவ தேசத்தில் நாங்கள் இவ்வளவு காலம் இருந்ததில் தெரிந்துகொண்டது. அத்துடன் பல்லவ தேசத்தில் எவ்வழியில் சென்றால் எளிதில் கோட்டையை முற்றுகையிடலாம், போர்களுக்குச் செல்லலாம் என்ற அனைத்து விபரங்களும் எங்களுக்குத் தெரியும். உங்கள் படையினர் இரவில் திக்கு தெரியாமல் பிரிந்து விட்டார்கள் என்றால், எங்களுடன் சேர்ந்து வரக்கூடிய படைகளுக்கு நாங்கள் வழி சொல்ல எளிதாக இருக்கும்" என்று கூறினார்கள் ஒற்றர்கள்.

"அப்பொழுது மக்களைத் தாக்கினால், பல்லவ மன்னன் வருந்துவான் என்று சொல்கிறீர்களா?" என்று கேட்டார் மன்னர் அரிகேசரி பராங்குசன்.

"ஆம் மன்னா. அப்படிச் செய்தால் அவர்களை எளிதில் வீழ்த்திவிடலாம்" என்று ஒரு ஒற்றன் கூற, தான் அமர்ந்திருந்த ஆசனத்தில் இருந்து எழுந்து வந்து, இடுப்பில் இருக்கும் வாளை உறையுடன் எடுத்து படாரென்று அந்த ஒற்றன் காலில் ஒரு அடி வைத்து கீழே தள்ளினார். விழுந்தவன் எழும் முன் அவன் நெஞ்சில் வலது கால் முட்டியை மடக்கி ஊன்றி, "அடேய்... நீ பாண்டிய தேசத்தவனா?" என்று கடும் கோபத்துடன் கேட்டார்.

"இந்தப் பாண்டியப் பேரரசில் எத்தனையோ யுத்தங்கள் நடந்திருக்கின்றன. பல வெற்றிகளும் இருக்கிறது. சில தோல்விகளும் இருக்கிறது. அப்படியிருக்க, என்றுமே எதிரிநாட்டுப் பொதுமக்கள் மீது தாக்குதல் செய்து வெற்றி அடைந்தான் பாண்டியன் என்று ஏதேனும் குறிப்புகளை நீ படித்து இருக்கிறாயா? இல்லை, உனக்கு ஒற்றனாகப் பயிற்சி அளித்தபோது பயிற்சியில் யாரேனும் கற்றுக்கொடுத்து இருக்கிறார்களா? அப்படி யாரேனும் உனக்குக் கற்றுக் கொடுத்திருந்தால் அவர்களையும் வரச்சொல், உன் கண்ணெதிரிலேயே அவனைச் சிரச்சேதம் செய்துவிடுவோம்.

பாண்டியர்களின் போர் முறையில் முதல் கோட்பாடு, எப்பேர்ப்பட்ட சூழ்நிலை வரினும், மொத்த பாண்டிய தேசமே எதிரியின் கையில் போய்விடும் என்று ஆயினும், கண்டிப்பாக பொது ஜனங்களைக் காக்காவிட்டால் தோற்றுவிடுவோம் என்றாலும், மணிமுடியை எதிரியின் காலில் வைக்கவேண்டிய சூழ்நிலை இருக்கிறதென்றாலும், எதிரிநாட்டுக் கோவில், பொது ஜனத்தின் வீடு, கால்நடைகள் இவற்றைத் தாக்கினால்

நாம் அந்தச் சூழ்நிலையில் இருந்து தப்பித்துவிடலாம் என்று ஆனாலும், கோவில், பொதுமக்களின் குடியிருப்பு, நீர்நிலைகள், ஆதுரசாலைகள், வயல்வெளிகள் என எதையும் தாக்கக் கூடாது. இதுவே உனக்கும் ஒற்றன் பயிற்சி பெற்றிருந்த காலத்தில் சொல்லிக் கொடுத்திருப்பார்கள். ஏன், இது உனக்கு மறந்துவிட்டதா? நமக்கு பல்லவ தேசத்தின் நிலப்பரப்புதான் தேவை, பொது ஜனத்தின் சாபமல்ல. அப்படியிருக்க மக்களைத் தாக்கினால் மன்னன் அழுவான், அதை வைத்து நாம் வெற்றி அடையலாம் என்று யோசனை கூறுகிறாய்... ஏன், உனக்கு உன் தலை, உடலுக்குப் பாரமாக இருக்கிறதா? வேண்டுமென்றால் உன் தலையை உடலிலிருந்து இறக்கி வைக்கவா?" என்றும் மன்னர் ஆவேசமாக அவருடைய முட்டியை மீண்டும் வலு கொடுத்து ஒற்றனின் நெஞ்சில் அழுத்தினார்.

"மன்னித்துவிடுங்கள் அரசே, ஏதோ ஒரு மனதில் சொல்லிவிட்டேன். வெற்றி மட்டுமே தேவை என்ற ஒரு தப்பான எண்ண ஓட்டத்தில் இவ்வாறு கூறிவிட்டேன். மன்னித்து விடுங்கள் மன்னா..."

"சாதாரண ஒரு பாண்டியப் பிரஜையின் மன ஓட்டத்தில் இருக்கும் கோட்பாடு கூட உனக்கு இல்லையே என்று வருத்தப்படுகிறேன். உங்கள் பத்துப் பேருக்கும் கூறிக்கொள்கிறேன், படைகளுக்கு வழி சொல்லி நீங்கள் கூட்டிப் போகும் தருணம் யாரேனும் ஒரு வீரன் பொது ஜனங்களிடம் தகாத முறையில் நடந்தாலும் சரி, நேரடியாக தளபதியிடம் சொல்லி அவனை அவ்விடத்திலேயே சிரச்சேதம் செய்து விடுங்கள். அப்பேர்ப்பட்ட ஒரு வீரன் நம் படைக்குத் தேவையே இல்லை" என்றார்.

பின் அந்த ஒற்றனின் மீதிருந்து எழுந்து, "நீ போய் அனைத்து தளபதிகளையும், அமைச்சர்களையும் 'இன்னும் அரை நாழிகைக்குள் இந்த சபைக்கு வரவேண்டும் என்று மன்னர் கட்டளையிட்டார்' எனக்கூறி வரச்சொல். யாரங்கே! இவனுக்கு ஒரு குதிரை கொடுங்கள், அனைவரையும் வேகமாக இவன் சென்று அழைத்து வரட்டும்" என்றார் மன்னர்.

விரைவாக அந்த ஒற்றன் மாளிகையை விட்டு வெளியேறி, குதிரையைப் பெற்றுக்கொண்டு அனைத்து அமைச்சர்களுக்கும் தளபதிகளுக்கும் தகவலைச் சொல்லி வந்தான். அவன் சொல்லச் சென்ற நேரத்தில், மன்னர் மீதமுள்ள மற்றவர்களைப் பார்த்து, "அனைவரும் உணவருந்தி விட்டீர்களா?" என்று கேட்டார்.

"இல்லை மன்னா, உங்களை வந்து பார்த்து நாங்கள் கண்டறிந்த விஷயங்களைக் கூறிவிட்டு, உணவருந்தச் செல்லலாம் என்று இருந்தோம்" என்றான் அந்தக் கூட்டத்தில் ஒரு ஒற்றன்.

"சரி வாருங்கள், அவர்கள் வருவதற்குள் நாம் உணவருந்திவிட்டு வருவோம்" என்று மன்னர் இவர்களை அழைத்துச் சென்றார்.

ஒவ்வொரு அமைச்சரும் தளபதியும் ஒருவர் பின் ஒருவராக சபைக்கு வர, வருபவர்களுக்கு அரிசிக் கஞ்சியும் பிரண்டைத் துவையலும் கொடுக்கப்பட்டன. அவர்கள் 'வயிறாரச் சாப்பிட்டபின் சபை கூடட்டும்' என்று மன்னர் சொன்னதால் இது பரிமாறப்பட்டது. மன்னரிடம் அடி வாங்கிய அந்த ஒற்றன் சபைக்கு வந்தான். 'அவன் வந்தால் அவனை நேரடியாக உணவு சாப்பிடும் அறைக்குக் கூட்டி வாருங்கள்' என்று சபையில் வேலை செய்யும் வேலையாளிடம் மன்னர் கூறியதால், அவன் நேரடியாக இந்த ஒற்றனை அழைத்துக்கொண்டு உணவு சாப்பிடும் அறைக்குச் சென்றான். இந்த ஒற்றை பார்த்தபின் சாப்பிட்டுக்கொண்டிருந்த மன்னர் எழுந்து கை கழுவி விட்டு, அவனை ஆரத் தழுவிக் கொண்டு,

"அடேய், தேசத்தின் வெற்றி முக்கியம்தான். ஆனால் தேசத்தின் இறையாண்மை அதைவிட முக்கியம். இதை உன் அறிவில் புகட்டவும், உன்னைச் சுற்றி இருக்கும் இந்த ஆட்களுக்கும் அது மனதில் உறுதியாகப் பதியவும்தான் நான் இவ்வாறு செய்தேன். வா, வந்து என் அருகில் அமர்ந்து உணவு எடுத்துக் கொள்" என்று கூறி மன்னரே ஒரு குருத்து இலையை எடுத்து அவன் முன் வைத்து உணவு பரிமாறினார். அவனும் அவன் தவறை உணர்ந்து மன்னரிடம் மன்னிப்பு கேட்டுவிட்டு உணவு அருந்தினான். அனைவரும் உணவருந்தி விட்டு சபைக்கு மன்னருடன் சேர்ந்து சென்றார்கள்.

பாண்டிய தேசத்தின் அனைத்து மந்திரிகளும், தளபதிகளும் பாண்டியன் அரிகேசரி பராங்குச தர்பாருக்கு வந்து சேர்ந்தனர். மன்னரும் அந்தப் பத்து ஒற்றர்களும் தர்பாருக்குள் வந்தனர். மன்னரைப் பார்த்து அனைவரும் வணக்கம் தெரிவித்துவிட்டு, ஒற்றர்களைப் பார்த்தனர். அமைச்சர் வைகுந்த பெரியராயர் "இவர்கள் அனைவரும் பல்லவ தேசத்தில் இருந்த ஒற்றர்கள்தானே?" என்று கேட்டார். மன்னர் ஆம் என்பது போல் தலையசைத்தார்.

"இவர்களின் வருகை பல்லவ தேசத்தின் மீது போர் தொடுக்க இதுவே சரியான தருணம் என்பதைச் சொல்வது போல் இருக்கிறது" என்றார் வைகுந்த பெரியராயர்.

"சரியாகச் சொன்னீர்கள் வைகுந்தரே!" என்று கூறி, "நான் உங்களை இந்தச் சமயத்தில் அவசரமாக இந்த தர்பாருக்கு வரச் சொன்னதே அதைப் பற்றிப் பேசத்தான்" என்றார் மன்னர்.

"நம் ஒற்றர்கள் கொண்டுவந்த செய்திகளைக் கேட்டேன். பல்லவர்களின் கட்டமைப்பைப் பற்றியும், பாதுகாப்பைப் பற்றியும், மண் வளம், நீர் வளம் பற்றியும் நம் ஒற்றர்கள் கூறினார்கள். அத்துடன் சேர்த்து அவர்களின் நீர் வழித்தடங்கள் பற்றியும் நில வழித்தடங்கள் பற்றியும் கூட குறிப்பறிந்து வந்து தெள்ளத் தெளிவாக எடுத்துரைத்தார்கள். அவர்களின் பொக்கிஷங்கள் எந்தெந்த நகரத்தில் இருக்கின்றன என்ற குறிப்பையும் கூட நம் ஒற்றர்கள் என்னிடம் கூறினார்கள். அவை எங்கு இருக்கிறது என்றால் திருத்தணி, மணலூர், கண்டியூர். இந்த மூன்று ஊர்களில்தான் இருக்கிறதாம். அதுமட்டுமின்றி பல்லவர்கள் வியூகம் அமைப்பதில் வல்லவர்களாம். இன்று பிறந்த நண்டிலிருந்து என்றோ பிறந்த சிண்டு வரைக்கும் வியூகங்கள் அமைப்பார்களாம். இதை அனைத்தையும் கருத்தில் கொண்டு நாம் இந்தப் போர்க் களத்தில் இறங்கி பல்லவ மண்ணில் கால் பதித்து வெற்றி அடைய வேண்டும். இதைப்பற்றி உங்கள் யோசனைகள் என்னென்ன என்பதை இந்த தர்பாரில் எடுத்து வையுங்கள்" என்று மன்னர் கூறினார்.

மன்னர் கூறியதைக் கேட்டு தளபதி எட்டி சாத்தன் பேச ஆரம்பித்தார், "அவையோருக்கு வணக்கம்! மன்னா, உங்கள் ஆட்சியில் பாண்டிய தேசம் வளர்ச்சியின் உச்சத்தைத் தொட்டுவிட்டது. சேரர்களை நாம் வென்றோம். அவர்களின் தொழில் நுட்பத்துடன் நம் தொழில்நுட்பத்தையும் இணைத்து போராயுதம், வேளாண் தொழிலுக்குத் தேவையான இயந்திரங்கள், கட்டுமான இயந்திரங்கள் என தென்திசையில் நாம் ஒரு அழிக்க முடியாத சக்தியாக வளர்ந்து நிற்கிறோம். பல்லவர்களைக் காட்டிலும் நாம் ஒரு படி மேலேதான் இருக்கிறோம். நம்முடைய பாண்டிய தேசத்தை விரிவுபடுத்த நமக்குப் புதுப்புது தேவை. அதனால்தான் நாம் இப்பொழுது பல்லவ தேசத்தின் மீது போர் தொடுக்கலாம் என்ற எண்ணம் கொண்டு அதற்குண்டான ஆயத்த வேலைகளைப் பார்த்தோம். இப்பொழுது அவர்களின் பலம் என்ன, பலவீனம் என்ன என்பதை நம் ஒற்றர்கள் மூலம் அறிந்து கொண்டோம் அல்லவா. அப்படி இருக்கையில் எதற்காக இப்படி ஒரு ஆலோசனை? போர் என்று முடிவெடுத்துவிட்டால் உடனே களத்தில் இறங்க வேண்டியதுதானே? நாம் சேரர்களை

அப்படி அல்லவா வென்றோம். முதலில் போருக்காக அறைகூவல் விடுத்துவிட்டு, பின் போர்க்களத்தை நிர்ணயம் செய்து களத்தில் இறங்கினோம். அப்படி இருக்க, அதையே பல்லவர்களுக்கும் செய்யலாமே!" என்றார் தளபதி.

தளபதி, "எட்டி சாத்தனே, சேரர்களுடைய கதையே வேறு. அவர்கள் நம்மைத் தொடர்ந்து எல்லைகளில் தொந்தரவு செய்துகொண்டே இருந்தார்கள். அச்சமயம்தான் நாம் நம் நாட்டின் கட்டமைப்பை மேலும் மெருகேற்ற வேலைகள் செய்திருந்தோம். அப்படியிருக்க அவர்களின் தொந்தரவு தாங்க முடியாமல்தான் அவர்களுடன் போர் மூண்டது. ஆனால் பல்லவர்களுடன் அவ்வாறு இல்லை. பல்லவர்கள் நம்முடன் வம்பு எதற்கும் வருவதில்லை. அவர்களுடன் வணிகத் தொடர்புகூட நாம் வைத்திருந்தோம். வணிகத்திற்காகப் பத்திரங்கள் மூலம் ஒப்புதல் மட்டுமே அவர்கள் வாங்கச் சொன்னார்களே தவிர, வேறு எந்தவிதமான கட்டளைகளும் இல்லை. பல்லவர்கள் அவர்கள் மட்டும் அவர்களுடைய வேலையில் தெளிவாக நாட்டைக் கட்டமைக்கும் எண்ணத்துடன், மக்கள்தான் நம் செல்வம் என்று புரிந்துகொண்டு வேலை செய்து கொண்டிருக்கிறார்கள். அப்படி இருக்க அவர்களை நாம் சோதிக்காமல், அவர்களைப் பற்றி தெரிந்துகொண்டு போரிடுவது உத்தமம் என்று உறுதிகொண்டு இந்த முடிவை நாம் நம் சபையில் எடுத்தோம். அதன்படி பல்லவ தேசத்தைப் பற்றிய அனைத்துத் தரவுகளையும் சேகரித்து விட்டார்கள் நம் ஒற்றர்கள். இப்பொழுது கூறுங்கள், சேர தேசத்தை அடித்தது போல நாம் நல்லவர்களைத் தாக்க வேண்டும். பல்லவர்களும் நமக்கு சரிக்குச் சமமாகதான் அவர்களுடைய ராஜ்யத்தை நடத்தி வந்து கொண்டிருக்கிறார்கள். அப்படி இருக்க அவர்கள் நாட்டினுள் புகுந்து முற்றுகையிடுவது சரி. அந்த முற்றுகைக்கு அவர்கள் செவிசாய்த்து நிலங்களை அளித்தால் போரின்றி வந்துவிடுவோம். இல்லையேல் போருக்கான ஓலையை ஒரு அம்பில் வைத்து அவர்களின் அரசன் இருக்கும் கோட்டைக்குள் அனுப்புவோம். போர்க்களத்தை அவர்களே முடிவு செய்யட்டும், போரை நாம் செய்வோம்" என்று தளபதி எட்டி சாத்தனுக்குப் பதிலளித்தார் மன்னர் அரிகேசரி பராங்குச மாறவர்மன். மன்னரின் பதிலில் மகிழ்ந்து தளபதி எட்டி சாத்தன் அவருடைய இருக்கையில் அமர்ந்தார்.

பின் அமைச்சர் நெல்லித் தொகு பஞ்சவன் பேச ஆரம்பித்தார், "மன்னா, நீங்கள் கூறினால் இன்று இரவே

கூட நாம் போர்க்களத்துக்குக் கிளம்பிவிடலாம். ஆனால் நாம் போர்க்களம் சென்றால் மக்களுக்குத் தேவையானவற்றைச் செய்துவிட்டு அல்லவா செல்லவேண்டும்? பேரங்காடிகளுக்குப் பாதுகாப்பு தரவேண்டும். எல்லைகளின் பாதுகாப்பைப் பலப்படுத்த வேண்டும். வணிகத் தெருவுக்குள் புது மனிதர்கள் யாரும் வராமல் கண்காணிக்கவேண்டும். அரசின் கருவூலத்தையும் பாதுகாக்க வேண்டும். இதற்கெல்லாம் நாம் ஒரு முடிவு எடுத்தபின் போர்க்களம் கிளம்பிவிடலாம் என்று நினைக்கிறேன்" என்று கூறிவிட்டுத் தன் ஆசனத்தில் அமர்ந்தார்.

"அமைச்சர் நெல்லித் தொகு பஞ்சவன், நீங்கள் சொல்வது சரிதான். தளபதி பாண்டி அமிர்தம் மங்கலவரயன் தலைமையில் நீங்கள் சொன்ன பாதுகாப்புப் பணிகளுக்கு தனிப்படைகளை அனுப்பிவிட்டோம். பின் மக்களுக்குத் தேவையானவற்றைச் செய்ய வேண்டும். அமைச்சர் அவர்களே, உங்கள் தலைமையிலேயே மக்களுக்குத் தேவையான தானியங்களை கருவூலத்திலிருந்து எடுத்துக் கொடுத்து விடுங்கள். அத்துடன் சேர்த்து வீட்டுக்கு ஐம்பது பொன்னும் ஐம்பது வெள்ளியும் சின்ன சின்ன முடிகளால் கட்டிக் கொடுத்து விடுங்கள். போர்க்களத்திற்கு வரக்கூடிய வீரர்களின் வீட்டிற்கு நூறு பொன்னும் நூறு வெள்ளியும் படிக் காசாகக் கொடுத்துவிடுங்கள்.

நம் வைத்திய சிகாமணி ஆதுர சாலையிலிருந்து பாண்டிய நாடு முழுக்க இருக்கக்கூடிய மக்களுக்கு இலவசமாக மருந்துகளைக் கொடுக்கச் சொல்லுங்கள். அதேபோல் போர்க்களத்திற்கு வரக்கூடிய ஆதுரசாலை வைத்தியர்களுக்கும் நூறு பொன்னும் நூறு வெள்ளியும் படிக் காசாகக் கொடுத்துவிடுங்கள்.

கருவூலத்தில் இருக்கக்கூடிய மீதி தானியங்களை அனைத்துக் கோவில்களுக்கும் பங்கிட்டுக் கொடுத்து விடுங்கள். இதனால் என்ன ஆகும் என்றால் மக்களிடையே இருக்கக்கூடிய தானியங்கள் முடிந்தபின் தானியம் தேவைப்பட்டால் கோவில்களில் வந்து மக்கள் பெற்றுக்கொண்டு செல்வார்கள்.

இதன்பின் மக்களுக்கு ஒரு கட்டளை விட்டுவிடுங்கள். நாம் போர்க்களத்திற்குக் கிளம்பும் பொழுது யாரும் நவகண்டம் கொடுக்கக்கூடாது. மக்களுக்காகத்தான் அரசே தவிர, மக்களின் உயிரைப் பெற்றுக்கொண்டு போர்க்களத்துக்குச் செல்வதில்லை இந்த அரசு" என்று அரசர் கூறினார்.

அரசர் கூறியதைக் கேட்டு சபை அதை அப்படியே ஆமோதித்தது. "ஐயனே, நீங்கள் சொல்வது போலவே

செய்துவிடுவோம்" என்றார் அமைச்சர் நெல்லித் தொகு பஞ்சவன்.

அமைச்சருக்குப் பின் தளபதி மாறன் காரி மன்னரைப் பார்த்து, "மன்னா, நீங்கள் சொன்னால் கிணற்றில் கூட குதிக்க நாங்கள் அனைவரும் தயாராக இருக்கிறோம். அப்படி இருக்க, எதற்காக இந்த ஆலோசனைக் கூட்டம்? போய் உங்களுடைய படைகளைத் தயார் செய்யுங்கள் என்று கட்டளை இடலாம் அல்லவா? அது போதுமே…" என்றார்.

"தளபதி மாறன் காரி அவர்களே, நீங்கள் கூறியதைக் கேட்டு எனக்கு மிக்க மகிழ்ச்சி. நானும் முதலில் அப்படித்தான் நினைத்திருந்தேன். ஆனால் சில கோட்பாடுகளை வகுக்க சபையில் முடிவெடுப்பதே சரி என்று தோன்றியது."

"என்ன கோட்பாடுகள் மன்னா?" என்று தளபதி கேட்டார்.

"பாண்டியர்களின் போர் முறையில் முதல் கோட்பாடு என்ன?" என்று மன்னர் மாறன் காரியைப் பார்த்துக் கேட்க,

"மன்னா, எதிரியுடன்தான் போர்! எதிரிநாட்டு நிலப்பரப்பையும் பொக்கிஷங்களையும் அடையத்தான் போர்! எதிரி நாட்டு மக்களைத் துன்புறுத்துவதற்கோ, மக்களின் வாழ்விடத்தை நாசம் செய்வதற்கோ, கோவில்களை இடிப்பதற்கோ, மக்களின் தானியக் கிடங்கைக் கொள்ளையடிப்பதற்கோ இல்லை. இதுவே பாண்டிய தேசத்தின் போர் முறையில் முதல் கோட்பாடு. இதை மீறுவோருக்குத் தண்டனையாக சிரச்சேதம் செய்யப்படும்."

"சபாஷ் மாறன் காரி! இங்கு சபையில் இருக்கும் அமைச்சர் பெருமக்களுக்கும், தளபதி உப தளபதிகளுக்கும், ஒற்றப் படையினருக்கும், மருத்துவர்களுக்கும் நான் ஒன்று கூறிக்கொள்ள விரும்புகிறேன். போரில் நாம் வெற்றி அடைகிறோம், இல்லையேல் தோற்கிறோம். அது வேறு. வெற்றி தோல்வியைக் கருத்தில்கொண்டு எதிரி நாட்டு மக்களை யாரேனும் துன்புறுத்துகிறார்கள் என்று யாரேனும் ஒருவர் பிராது கொடுத்தாலும் சரி, எந்த ஒரு விசாரணையும் இன்றி சிரச்சேதம் செய்யப்படுவீர்கள். உங்கள் குடும்பத்தை பாண்டிய நாட்டை விட்டுத் தள்ளி வைத்துவிடுவோம். இதைக் கருத்தில் கொண்டு போர்க்களம் செல்லுங்கள்" என்று இடி முழக்கம் போல் மன்னர் தெரிவித்தார்.

இதைக் கேட்டு ஒரு நிமிடம் நிசப்தமாக இருந்தது. இந்த நிசப்தத்தைக் கலைக்கும் வகையில் தளபதி சாத்தன்

கணபதி மிகவும் சத்தமாகத் தும்மினார். சபையில் இருக்கும் அனைவரும் ஒரு நிமிடம் சாத்தன் கணபதியைத் திரும்பிப் பார்த்தார்கள். இதை கவனத்தில் கொண்டு தளபதி சாத்தன் கணபதி தொண்டையைச் செருமிக்கொண்டு, "அனைவருக்கும் வணக்கம்" என்று கூறி பேச ஆரம்பித்தார்.

"மன்னா, இந்தப் போரில் நாம் எந்த வியூகத்தைக் கையாளப் போகிறோம்?" என்று கேட்டார்.

"தளபதி சாத்தன் கணபதி அவர்களே, இந்தப் போரில் எந்த ஒரு வியூகமும் இல்லாமல் போர் புரிவதே நம் வியூகம்."

"அது எப்படி மன்னா சரிவரும்? நாம் யானைப்படையை முன் நகர்த்த வேண்டும், குதிரைப் படையை முன் நகர்த்த வேண்டும். இவை அனைத்தையும் சரிவர நகர்த்தி அதனுடன் சேர்த்து நம் காலாட் படைகளையும் ஆயுதங்களையும் கொண்டுபோக வேண்டும். அப்படி இருக்கையில் எந்த ஒரு வியூகம் இல்லாமல், நாம் போர்க்களத்தில் புகுந்தால் எவ்வாறு சரிவரும் என்று சொல்கிறீர்கள்?" என்று கேள்வி எழுப்பினார்.

"உங்கள் கேள்வி சரிதான். நாம் முதலில் கோட்டையை முற்றுகையிடப் போகிறோம். நான் ஒற்றர்களுடன் சேர்ந்து உணவு அருந்திய பொழுது, அவர்களிடமிருந்து தெரிந்து கொண்ட ஒரு விடயம் என்னவென்றால், பல்லவ மன்னன் இரண்டாம் நந்திவர்மன் கண்டியூர் கோட்டையில் இருக்கிறான். அதனால் முதலில் கண்டியூர் கோட்டையை முற்றுகையிட்டு, அவர்களுடைய பொறுமையைக் கொஞ்சம் கொஞ்சமாக நாம் சீர்குலைக்க வேண்டும். பின் அவர்கள் வெளியே வரும் பொழுது நாம் போர்க்களத்தில் சண்டையிட வேண்டும். கண்டியூர் கோட்டையை முற்றுகையிடும் பொழுதே பல்லவர்களின் பொக்கிஷங்களைப் பாதுகாக்கக்கூடிய ஒரு நகரமான திருத்தணியில் நம் வீரர்கள் சென்று போர் புரிய ஆரம்பிக்கவேண்டும். இரு இடங்களில் போர் என்று அவர்கள் சமாளிக்கத் திணறும் பொழுது, அவர்களை ஒரு போர்க்களத்திற்கு அழைத்து, யுத்தம் செய்து வெல்லவேண்டும். இதுவே என்னுடைய வியூகம்."

"இந்தத் திட்டம் சரியாக வரும். இருந்தாலும் எனக்கு ஒரு சந்தேகம் எழுகிறது. என்னவென்றால் நாம் வியூகமே இல்லாமல் சண்டையிடப் போகிறோம். பல்லவர்கள் ஏதேனும் வியூகத்தில் சண்டையிட்டால் என்ன செய்வது?" என்றார் தளபதி சாத்தன் கணபதி.

"இதுவும் மிகச் சிறந்த கேள்வி! ஞானம் வாய்ந்த கேள்வி!" இதற்கு பதில் கூறுவதற்கு முன்பு மன்னர் "யார் அங்கே!" என்று கூச்சலிட்டார். உடனே ஒரு வீரன் ஓடி வந்தான். அவனிடம் போய், "இரண்டு பானைகளை எடுத்து வா. அதில் ஒன்றில் முழுக்க நீரூற்றி வா. அத்துடன் ஒரு குவளையும் எடுத்து வா" என்று கட்டளையிட்டார்.

காற்றின் வேகத்தை விட அதிவேகத்தில் சென்றிருப்பான் போல, அவன் உடனே ஒரு பானையில் நீரும் மற்றும் இன்னொரு பானையும் ஒரு குவளையும் எடுத்துக்கொண்டு வந்தான்.

அதை சபையின் நடுவே வைத்து, மன்னர் சிங்காசனத்தில் இருந்து இறங்கி வந்து ஒரு பானையில் இருக்கும் நீரை அனைவரையும் பார்க்கச் சொன்னார். சபையில் இருக்கும் அனைவரும் அந்த நீரை வந்து பார்த்தார்கள். "இந்த நீர் என்ன வடிவில் இருக்கிறது?" என்று கேட்டார் மன்னர்.

உடனே அமைச்சர் வைகுந்த பெரியராயர், "நீருக்கு வடிவம் இல்லை. ஆனால் இது பானைக்குள் இருப்பதால் பானை போலவே இருக்கிறது" என்றார். "சரியான விடை" என்று மன்னர் கூறினார். நீர் நிறைந்த அந்தப் பானையை எடுத்து, குவளையைப் பார்த்து சாய்த்தார். அப்பொழுது நீர் குவளையில் விழுந்து குவளை நிரம்பியது. "இப்பொழுது நீர் எவ்வாறு தெரிகிறது?" என்று மீண்டும் மன்னர் கேட்க, "குவளை வடிவம் பெற்று இருக்கிறது மன்னா" என்று சபை கூறியது.

"இப்பொழுது புரிகிறதா வியூகம் என்றால் என்ன என்பது. நாம் என்னதான் ஒரு வியூகத்தில் போய் சண்டை இடலாம் என்று முடிவு செய்தாலும், களத்தில் எதிரியைச் சந்திக்கும் பொழுது அவனை எப்படி அடிப்பது என்பதே வியூகத்தின் முதல் அடிப்படைத் தந்திரமாகும். இந்தப் போரில் நாம் நீர் போல்தான் இருக்கப் போகிறோம். நம்மால் காட்டாறு போல் வேகமாகவும் பாய முடியும், வயல் வெளிகளுக்குப் பாயக்கூடிய நீர் போல் சீராகப் பாய முடியும். நீரின் தன்மையே நம்முடைய வியூகம்" என்றார் மன்னர்.

இதைக்கேட்டு தளபதிகளும் அமைச்சர்களும், "வியூகத்திற்குள் ஒரு கருத்து இருக்கிறது என்பதே எங்களுக்கு இது நாள் வரை தெரியவில்லை மன்னா. எப்பொழுது போருக்குச் செல்லலாம் என்று கூறுங்கள், நாம் நம் படையுடன் செல்வோம்" என்றார்கள்.

"நான் மேற்கூறிய பணிகளைச் செய்து முடிக்கவே ஒரு மூன்றிலிருந்து நான்கு நாட்கள் எடுக்கும். இங்கிருந்து நாம் பெரும்படையை அழைத்துக்கொண்டு பல்லவ தேசம் செல்ல வேண்டுமென்றால், அது ஒரு மூன்று நாட்கள் பயணம். அதனால் இன்றிலிருந்து நான்காம் நாள் அம்மாவாசை அன்று கிராம தேவதைகளுக்கு பலி கொடுத்துவிட்டு, பல்லவ தேசத்தை நோக்கி படைகள் நகரட்டும். இந்தப் போர் இரண்டு இடங்களில் நாம் பிரிந்து சண்டையிடுவதால், தளபதிகள் அனைவரும் தத்தம் படையினரைப் பிரித்து ஒவ்வொரு தளபதியும் அனுப்பி வையுங்கள். யானைப்படைத் தளபதியான மாறன் காரி, உங்களுக்குத் தேவையான யானைப் படை வீரர்களை வைத்துக்கொண்டு மற்றவர்களை, குதிரைப்படைத் தளபதி எட்டி சாத்தன் மற்றும் வில்லாளிகள், காலாட்படைத் தளபதி சாத்தன் கணபதி இவர்களின் படைக்குப் பிரித்துக் கொடுத்து விடுங்கள். அதேபோல்தான் குதிரைப்படையும், வில்லாளிகளும் காலாட்படையும். தளபதி மாறன் காரி, நீங்கள் திருத்தணியை நோக்கிச் செல்லுங்கள். உங்களுக்குத் தேவையான குதிரைப்படை, யானைப்படை, காலாட்படை, வில்லாளிகள் இவர்களை அழைத்துக்கொண்டு நாளை முற்பகல் புறப்பட்டு விடுங்கள். ஏனெனில் நீங்கள் செல்லும் தூரம் மிகவும் நீளமானது. அத்துடன் நம் மதுரையில் இருக்கும் அரண்மனையிலிருந்து திருத்தணி என்பது மிகவும் தூரமான பயணமே. நீங்கள் மிகவும் துரிதமாகவும் ஜாக்கிரதையாகவும் செல்லவேண்டும்.

தளபதி சாத்தன் கணபதி, நீங்கள் கண்டியூர் கோட்டையை முற்றுகையிடத் தயாராகச் செல்லவேண்டும். உங்களுக்குப் பின்னால் ஒரு அரணாக தளபதி எட்டி சாத்தனின் படை வரும். நீங்கள் கோட்டையை முற்றுகையிட்டுக் கொண்டிருக்கும் தருணத்தில், எட்டி சாத்தனின் படை இன்னொரு பொக்கிஷம், அரண் இருக்கக்கூடிய நகரமான மணலூரை நோக்கி நகர ஆரம்பிக்கும். இதுவே நம் படைகளின் நகர்வு, இதில் ஏதேனும் சந்தேகம் இருந்தால் கேளுங்கள்" என்றார் மன்னர்.

"இல்லை மன்னா, அனைத்துக் கேள்விகளுக்கும் விடை கிடைத்துவிட்டது. இன்றிலிருந்து மூன்று பகல் நீங்கள் சொல்வது போல் நாம் ஆயத்தமாவோம். மூன்றாம் நாள் இரவு, நம் கிராம தேவதைகளுக்கு பலி கொடுத்துவிட்டு பல்லவ தேசத்தை நோக்கிப் புறப்படுவோம். பல்லவ தேசத்திலும் மீன் கொடி பறக்க வைப்போம்" என்று ஒருமித்த குரலில்

சூளுரைத்தார்கள் அமைச்சர்களும், தளபதிகளும். "ஆகட்டும், இப்போது சபை கலையலாம்" என்றார் மன்னர்.

நண்பர்களே, இங்கு பாண்டிய தேசத்தில் இவ்வாறு பல்லவர்களைத் தாக்க வியூகம் அமைக்கும் சமயத்தில், பல்லவ தேசத்திலிருந்து புறப்பட்ட அந்த ஒற்றி கங்கதேசத்தில் சென்று அங்கு இருக்கும் ராஷ்டிரகூடத்தின் இளவரசன் துருவனைச் சந்தித்து, "பல்லவர்களைத் தாக்க பாண்டியர்கள் தயாராகி வந்துகொண்டிருக்கிறார்கள். இதுவே ராஷ்டிரகூடத்திலிருந்து பல்லவ சாம்ராஜ்யத்தில் கலகத்தை உண்டாக்க சரியான தருணம். பல்லவர்களின் நாணயம் செய்யக்கூடிய நாணயப் பட்டறை வெண்குளிக்கோட்டை. இந்தக் கோட்டையை இயற்கையாகவே ஒரு சிறு தீவில் அமைத்திருக்கிறார்கள். பாலாற்றின் நீர் வழித்தடம் மூலமாக இந்தக் கோட்டையை அடைய முடியும். இந்தக் கோட்டைக்கு அதிகமாகப் பாதுகாப்பு இருக்காது. மிகவும் சொற்பமான வீரர்களே இந்தக் கோட்டையைப் பாதுகாத்துக் கொண்டிருப்பார்கள். அதனால் நாம் இன்றிலிருந்து நான்காம் பகல், நீர் வழித்தடம் மூலமாகக் கிளம்பினால், பல்லவர்களின் நாணயம் செய்யும் பட்டறையை ஏழிலிருந்து எட்டு நாட்களுக்குள் அடைய முடியும். அங்கு சென்று சண்டையிட்டு முதலில் அவர்களுடைய பொக்கிஷத்தைக் கொள்ளை அடிப்போம். அதுவே அவர்களுக்கு ஒரு செய்தியாக இருக்கும். ராஷ்டிரகூடர்களும் பல்லவர்கள் மீது போர் தொடுக்கத் தயாராக இருக்கிறார்கள் என்ற இச்செய்தியை எங்கள் ஒற்றர் படைத் தளபதி மதுசூதனன், உங்களிடம் வந்து தெரிவிக்கச் சொன்னார்" என்று அந்த ஒற்றி சொன்னாள்.

இதைக்கேட்ட துருவன், "மன்னர் கிருஷ்ணருக்கு நான் செய்தி அனுப்பி உத்தரவு வாங்கிக்கொண்டு ஸ்ரீ புருஷனையும், வல்லவராயனையும் அனுப்பி வைக்கிறேன். ஏனெனில் வங்கதேசத்திலிருந்து கீழே இறங்கி பல்லவர்களைத் தாக்குவது நாள்கணக்கில் மிகவும் எளிதான ஒன்று. அதனால் வங்கதேசத்தின் வழியே கீழே இறங்குவோம். இச்செய்தியை உங்கள் தளபதி மதுசூதனனிடம் கூறி விடுங்கள்" என்றான் துருவன். இதைக் கேட்டுவிட்டு அங்கிருந்து கிளம்பினாள் அந்த ஒற்றி.

இப்படி காலச்சக்கரம் உருண்டு ஓட, போர்களுக்குக் கிளம்பினார்கள் பாண்டியர்களும், ராஷ்டிரகூடர்களுக்காக கங்கர்களும்.

8. கண்டியூர் முற்றுகை

போருக்காக அச்சாரம் வாங்கிய பாண்டியர்கள் பல்லவ தேசத்தில் நுழைந்து பல்லவ தேசத்தைப் பார்த்தால், ஏதோ இயற்கைச் சீற்றம் வந்து ஊரில் இருக்கும் அனைவரும் இறந்து விட்டார்களோ அல்லது ஊரைக் காலி பண்ணி வேறு எங்கேனும் சென்று விட்டார்களோ என்பதுபோல் நிசப்தமாக இருந்தது. தெருக்கள் வெறிச்சோடி இருந்தன. அங்காடித் தெருக்களில் ஜன நடமாட்டமே இல்லை. மக்களின் வாழ்வியலில் இருக்கக்கூடிய நகரங்களில் கூட வீடுகளில் எந்த ஊர் மூச்சுக்காற்றுச் சத்தம் கூட இல்லை. இதைப் பார்த்து வியந்த பாண்டியப் படைகள் தங்களுக்குள்ளேயே பேசிக் கொண்டு, ‘நாம் வருகிறோம் என்று ஏற்கெனவே தெரிந்து ஏதேனும் முன்னேற்பாடு செய்திருப்பார்கள் பல்லவர்கள். எங்கிருந்தாவது வந்து திடீர்த் தாக்குதல் நம்மீது செய்து விடுவார்களோ’ என்று பேசிக்கொண்டே பல்லவ தேசத்தினுள் முன்னேறிச் சென்றார்கள்.

இவ்வாறு பாண்டியர்கள் யோசித்துக்கொண்டு பல்லவ தேசத்தினுள் நுழைய, கண்டியூர் அருகே திடீரென்று ஒரு படை வந்து பாண்டியர்களைத் தடுக்க முற்பட்டது. இது யார் என்று பாண்டியர்கள் சுதாரிப்பதற்குள், தரையில் ஒரு தடுப்பணை கட்டியது போல் திடீரென்று வந்த படை பாண்டியர்களைத் தடுத்து நிறுத்தினார்கள். பாண்டியப் படையால் ஒரு அடி முன்னேற முடியவில்லை.

பின் தளபதி சாத்தன் கணபதி சுதாரித்து, அணை கட்டி நின்று கொண்டிருக்கக்கூடிய படையினரிடம் எந்த ஒரு ஆயுதமும் இல்லை என்பதை உணர்ந்தார். “எதிரில் நிற்பவர்கள் அனைவரும் நிராயுதபாணியாக இருக்கிறார்கள்” என்று கூச்சலிட்டார். இருந்தும்

பாண்டியர்களின் படையிலிருந்து ஒருவன் கூட ஒரு அடி முன்னேறி வைத்து, 'நிற்பவர்கள் யார்' என்று பார்க்க முற்படவில்லை. அதனால் தானே முன் வந்தார் தளபதி சாத்தன் கணபதி. அவருடைய குதிரையிலிருந்து இறங்கி, நேராக எதிரில் நிற்கும் படையில் முன்வரிசையில் இருப்பவனிடம் சென்று,

"யார் நீங்கள்?" என்று கேட்டார்.

"ஐயனே, எங்களை உங்களுக்கு அடையாளம் தெரியவில்லையா?" என்றான் அந்த மனிதன். ஒரு நிமிடம் மீண்டும் யோசித்து,

"தெரியவில்லையே, நீங்கள் யார்?" என்று கேட்டார்.

"பாண்டிய நாட்டு ஒற்றர் படையுடன் ஒரு படைப் பிரிவினரையும் வணிகர்கள் போல் பல்லவ தேசத்தில் அனுப்பி வைத்தீர்கள் அல்லவா? அதில் மிச்சம் இருக்கறது நாங்கள்தான்" என்றான்.

"நல்லதாயிற்று, அப்பொழுது இன்னுமொரு இருநூறு பேர் நம் படையில் இணையப் போகிறீர்கள்" என்றார் தளபதி சாத்தன் கணபதி.

"இல்லை தளபதியாரே, நாங்கள் அதற்கு வரவில்லை. 'நீங்கள் இதற்குமேல் முன்னேறிச் செல்ல வேண்டாம்' என்று உங்களைத் தடுக்கவே நாங்கள் வந்திருக்கிறோம். மூன்று நாட்கள் முன்பு வரை நாங்கள் வேப்பத்தூரில் உள்ள ஒரு சிறையில் இருந்தோம். 'பாண்டியர்களுடன் போர் மூளப் போகிறது, அதனால் உங்கள் நாட்டிற்கு வீரர்கள் தேவைப்படுவார்கள்' என்று கூறி எங்களை விடுதலை செய்து, 'பல்லவ தேசம் தாண்டும் வரை இவர்களை யாரும் துன்புறுத்தக்கூடாது' என்பதற்கு ஒரு பத்திரம் எழுதிக் கொடுத்து, வழிச் செலவிற்குப் பணம், மற்றும் உண்ண புளியஞ்சாதம், தயிர்ச்சாதம் கட்டி எங்களிடம் கொடுத்து வழியனுப்பி வைத்தார்கள். பல்லவர்கள் நாம் எடை போட்டது போல் இல்லை, அவர்களுடைய வாழ்வியலும், போர்கலைத் தந்திரங்களும் நம்மை விட ஒரு படி மேல்தான் இருக்கின்றன. அதனால் 'இந்த நாடு பிடிக்கும் ஆசை தற்சமயம் தேவையில்லை' என்று உங்களிடம் கூறவே நாங்கள் வந்துள்ளோம்.

அத்துடன் அவர்களின் போர்த் தந்திரங்களை நாங்கள் நேரில் கண்டுள்ளோம். மூர்க்கத்தனமான வாள்வீச்சு இல்லை. வாள்வீச்சிலேயே ஒரு நளினம் அவர்களிடம் இருக்கிறது. நாம்

நேருக்கு நேர் நின்று வாள் வீசிச் சண்டை இடுவோம். ஆனால் அவர்களோ எதிரி நேர்நின்று தாக்கினால், அவனுடைய வாளைத் தடுத்து நிறுத்தி லாகவமாக இடது அல்லது வலது புறம் நகர்ந்து, மீண்டும் அவனைத் தாக்குகிறார்கள். இவ்வாறு ஒவ்வொரு போர்க் கலையிலும் நம்மிடம் இருந்து சற்று வேறுபட்டுதான் இருக்கிறார்கள். அதனால் நாம் இந்தக் காலத்தில் இப்போரைத் தவிர்ப்பதே நல்லது" என்றான் அந்த வீரன்.

"வீரனே, நீ ஒன்றை மறந்துவிட்டாய். பாண்டிய நாட்டு வீரர்கள் போர் என்று ஒரு அடி எடுத்து வைத்தால், வெற்றியோ அல்லது தோல்வியோ மோதிப் பார்த்துவிடுவது அவர்களின் மாண்பு. அப்படியிருக்க நம் பாண்டிய தேசத்தில் இருந்து மூன்று பெரும் படைகள் கிளம்பி பல்லவ தேசத்தினுள் நுழைந்த பின், பல்லவர்களின் போர்த் தந்திரங்களைப் பார்த்து பயந்து பின்வாங்குவதா? ஆஹா! ஆஹா! வெற்றி அல்லது வீர மரணம். 'வெற்றி அடைந்தால் தாய் மீனாட்சிக்குத் திருவிழா! வீரமரணம் அடைந்தால் நம் வீரர்களுக்கு இறுதி விழா!' அவ்வளவுதான்.

முன்னகர்ந்து வந்தபின் பாண்டியர்கள் பின்னோக்கிச் சென்றதில்லை. அதுவும் போரிடாமல் வாய்ப்பே இல்லை. நம் போர்த் தந்திரத்தில் இரண்டாவது பாடம் என்ன என்பது உனக்குத் தெரியுமா?" என்று கேட்டார் தளபதி சாத்தன் கணபதி.

"தெரியும் ஐயனே!"

"என்னது அது?"

"போர்க்களத்தில் வெற்றி அல்லது வீர மரணம்! போர்க்களம் புகாமலே பின்வாங்கக் கூடாது! போரிட்டுக் கொண்டிருக்கும் பொழுது படை பலத்தைக் கூட்ட பின்வாங்கிச் சென்று பின் பெரும் படை திரட்டிக்கொண்டு வந்து அடுத்த தினமும் அல்லது அதற்கும் அடுத்த தினமும் போரிடலாம். இந்தப் பின்வாங்கல் போருக்குப் பயந்து அல்ல என்பதைக் குறிக்கும். இதுவே இரண்டாவது பாடம்" என்றான்.

"பிறகென்ன, பாடம் படித்தது மறந்துவிட்டதா? நான் முன் கூறியது போல் 'வெற்றி அடைந்தால் தாய் மீனாட்சிக்குத் திருவிழா! வீரமரணம் அடைந்தால் நம் வீரர்களுக்கு இறுதி விழா!' இதை மனதில் நன்றாக ஏற்றிக்கொள்ளுங்கள்."

உப தளபதியை அழைத்து, "ஆயுதம் தாங்கி வரும் வண்டியிலிருந்து நம் முன் நிற்கும் இந்த இருநூறு வீரர்களுக்கும்

அவரவர் எந்த ஆயுதக் கலையைப் பயின்று இருக்கிறார்களோ அந்த ஆயுதங்களைத் தாருங்கள்" என்றார் சாத்தன் கணபதி.

"படை முன்னேறட்டும்" என்று தன் கையில் இருக்கும் தார்க் குச்சியால் குதிரையை ஒரு சுண்டு சுண்டினார். இவர்கள் வேகமாக நகர ஆரம்பித்த பொழுது சூரியன் அஸ்தமிக்க ஆரம்பித்தது. அதனால் கண்டியூர் கோட்டையின் முன்னே பாசறை அமைத்துத் தங்கினார்கள்.

பாண்டியர்கள் கோட்டையின் வாயிலில் கூடாரங்கள் அமைக்கிறார்கள் என்பதை கோட்டை வாயில் காப்பாளன் ஒருவன் பார்த்து, 'எதிரிகள் வந்துவிட்டார்கள்' என்பதைக் குறிக்க மத்தளத்தில் வாசிக்கும் நடையை வாசித்தான். அதைக்கேட்டு அவனி சந்திரன், மன்னர் நந்திவர்ம பல்லவரிடம் இந்தச் செய்தியைக் கூறினார்.

"நல்லது அவனி சந்திரா! நாம் எதிர்பார்த்தது போலவே பாண்டியர்கள் கண்டியூர் கோட்டையை முற்றுகையிட வந்துவிட்டார்கள். நம் படையினரை இன்று மூன்றாம் பிறை வியூகத்தை கோட்டையினுள் அமைக்கச் சொல். அதேபோல் மிகவும் வேகமாகச் செயல்படக்கூடிய வீரர்களைப் பிரித்து, சுரங்க வழி அருகே நம் உத்தரவுக்காகக் காத்திருக்கட்டும்" என்று கூறினார் மன்னர்.

இவர்கள் இவ்வாறு பேசிக்கொண்டிருக்கையில், வேகமாக ஒரு வீரன் ஓடி இவர்கள் நின்று கொண்டிருக்கக்கூடிய மண்டபத்திற்கு வந்தான். வந்தவன் கையில் மூங்கில் பிரம்பால் செய்யப்பட்ட ஒரு அம்பு இருந்தது. அதன் முன் பகுதி லேசாகச் சீவப்பட்டு கூர் செய்யப்பட்டிருந்தது. அந்த முன் பகுதியின் நடுவே ஒரு துணி கட்டப்பட்டு இருந்தது. அத்துணியில் ஒரு செய்தி எழுதியிருந்தது. அது என்னவென்றால், 'நாங்கள் வந்து விட்டோம்! நாளை காலை களத்தில் சந்திப்போம்.' இதைப் பார்த்த நந்திவர்ம பல்லவர், "பாண்டியர்களைப் பற்றி என் குரு சொல்லிக் கேட்டதும், படித்ததும் உண்மையாயிற்று. 'போர்களில் பாண்டியர்கள் நெறி மாறமாட்டார்கள்' என்று என் குரு போர்ப் பயிற்சி பற்றி வகுப்பெடுக்கும் பொழுது நித்தம் ஒரு முறையாவது கூறிவிடுவார். அதை இன்று என் கண்ணெதிரே பார்க்கிறேன்."

"வீரனே இந்தா, இந்த மறுமொழியை, அவர்களிடமிருந்து வந்த அம்பிலேயே வைத்து மீண்டும் அனுப்பிவிடு" என்று கூறி, மறுமொழி 'களத்தில் சந்திப்போம்' என்று எழுதினார்.

பல்லவர்களின் மறுமொழி பாண்டியர்களின் பார்வைக்குச் சென்றது. இதைப் படித்துவிட்டு, "பல்லவர்களும் தயாராகத்தான் இருக்கிறார்கள் போல" என்று கூறிய தளபதி சாத்தன் கணபதி, ஒரு சிறு படையைத் தயார் செய்து கோட்டைச் சுற்றுச் சுவரைச் சுற்றிப் பார்த்து, ஏதேனும் பொறிகள் இருக்கிறதா, சுரங்கங்கள் இருக்கிறதா, யானை கட்டி இருக்கக்கூடிய இடத்தின் வாசனை தெரிகிறதா என்று பார்த்து வரச் சொன்னார். அதேபோல் இரவுக் காவலில் இருக்கக்கூடிய வீரர்களை மிகுந்த கவனமாக இருக்கச் சொன்னார்.

கோட்டைக்குள் அவனி சந்திரன் பம்பரமாக வேலை செய்து மிகவும் குறுகிய கால அவகாசத்தில் மூன்றாம் பிறை வியூகத்தை அமைத்தான். மன்னரும் வந்து அதைப் பார்த்து, "இவர்களை இதே இடத்திலேயே இருக்கச் சொல்லுங்கள். உறக்கம் வந்தாலும் இந்த வியூகம் கலையாமல் இவர்கள் உறங்கட்டும். இவர்களைப் பாதுகாக்க இரவு நேரக் காவல் வீரர்களைப் போடுங்கள்."

அதேபோல் மன்னரை அழைத்துக்கொண்டு சுரங்கத்துக்கு அருகே இருக்கக்கூடிய வீரர்களை மன்னரிடம் அறிமுகம் செய்தான். "இந்த இருநூறு வீரர்கள் தக்க சமயத்தில் சுரங்கம் வழியாகச் சென்று பாண்டியர்களை திசை திருப்புவார்கள். அப்பொழுது இந்த முற்றுகை வலுவிழக்கும். முற்றுகை வலுவிழந்தால் போர் மூளும், அத்தருணத்தில் நம்முடைய மூன்றாம்பிறை வியூகம் செயல்பட ஆரம்பிக்கும்" என்றான்.

"பலே! நல்லதே நடக்கட்டும்" என்று கூறி மன்னர் கண்டியூர் கோட்டையினுள் வாழும் மக்கள் இருக்கக்கூடிய இடத்திற்கு நகர்ந்தார். அவர்களைப் பார்த்து, "உங்களுக்கு ஏதேனும் தேவை இருக்கிறதா?" என்று கேட்டார். "இல்லை மன்னவா! எங்களுக்கு ஒரு வாஞ்சைதான் இருக்கிறது!" "என்ன?" என்று மன்னர் கேட்க,

"நாங்களும் உங்களுடன் சேர்ந்து போர்க்களம் புகலாமா?" என ஒரு சிறுவன் அனைத்து மக்களின் குரலாக ஒலித்தான்.

"நீங்கள் யாரும் போர்ப்பயிற்சி எடுத்ததில்லை. போர்க் களத்தில் நிற்க உடல் வலு மட்டும் உபயோகப்படாது, அதனுடன் மனோதத்துவப் பயிற்சியும் தேவைப்படுகிறது. இந்த இரண்டுமே உங்களுக்கு நான் தராமல் இருந்துவிட்டேன். அதனால் உங்களுடைய வாஞ்சையை என்னால் நிறைவேற்ற முடியவில்லை. ஒரு மன்னனாக மக்களின் அபிலாஷைகளை நிறைவேற்ற வேண்டும். இத்தருணத்தில் என்னால் அது

இயலவில்லை, மன்னித்துவிடுங்கள்" என்று இரு கைகூப்பி மக்களைப் பார்த்து மன்னிப்பு கூறி, "நீங்கள் அனைவரும் இந்த இடத்திலிருந்து எங்கும் நகர வேண்டாம். இதுவே உங்களுக்குப் பாதுகாப்பான இடம். ஏதேனும் உங்களுக்கு உதவி தேவைப்பட்டால் இந்த காண்டாமணி அடியுங்கள்" என்று அவர்கள் இருக்கும் இடத்தில் கட்டி வைத்திருந்த மணியைக் காட்டினார். "இந்த மணி ஒலித்தால் உங்களுக்கு உதவ வெளியே இருக்கக்கூடிய வீரர்கள் வருவார்கள். நம் தேசத்தின் மீது போர் மேகங்கள் சூழ்ந்து விட்டன. அதனால் தற்சமயம் நான் உங்களிடமிருந்து விடைபெற வேண்டியிருக்கிறது" என்று கூறி அங்கிருந்து நகர்ந்தார். இவ்வாறு இரவு எதிரிகளின் முற்றுகையுடன் கண்டியூர் உறங்காமல் முழித்துக்கொண்டே இருந்தது.

காலைச் சூரியனின் கதிர்வீச்சுகள் பூமியில் இறங்கும் வேளையில், கண்டியூர் கோட்டை மதில் மேல் இருந்து பல்லவர்களின் போர்முரசு இடி முழக்கம் போல் வாசிக்கப்பட்டது. இது பாண்டியர்களுக்கு 'நாங்கள் தயார்' என்று கூறுவது போல் இருந்தது.

இந்தப் போர் முரசின் இடி முழக்கத்தைக் கேட்ட பாண்டியர்கள், தளபதி சாத்தன் கணபதியின் உத்தரவின்படி அவர்களுடைய போர் முரசையும் இசைக்க ஆரம்பித்தனர். இரண்டு பக்கத்திலிருந்தும் வரக்கூடிய முரசுகளின் ஓசை, மக்களுக்கும் 'போர் ஆரம்பிக்கப் போகிறது' என்பதை உரைப்பது போல் இருந்தது. பாண்டியர்களின் பாசறையில் முரசொலி கேட்ட அடுத்த கணமே, வீரர்கள் தயாராகி கோட்டையைச் சுற்றி வளைத்து கண்டியூர் கோட்டையை முற்றுகையிடுவோம் என்று கோட்டை முற்றுகைக்கு பாண்டிய ராணுவத்தில் ஏற்றப்படும் கொடியை நான்கு முக்கிலும் ஏற்றிக் கோட்டையினுள் இருக்கக்கூடிய பல்லவர்களுக்குப் பறைசாற்றினர்.

அந்தக் கொடியைப் பார்த்து பல்லவர்களில் எவரும் அச்சப்படாமல், கோட்டையின் உள்ளே சந்தோஷத்தை வெளிப்படுத்தக்கூடிய வகையில் மத்தளம் வாசிக்கப்பட்டு அதற்கு ஏற்ற பக்க வாத்தியங்களும் வாசிக்கப்பட, வீரர்கள் உற்சாகமாக இருந்தார்கள். இதைக்கேட்ட பாண்டியத் தளபதி சாத்தன் கணபதி,

"நாம் கோட்டையை முற்றுகையிட்டு இருப்பதை அறிந்து அச்சம் கொண்டு பல்லவர்களுக்கு ஏதேனும் பைத்தியம் பிடித்து விட்டதோ!" என்று தன் உபதளபதியிடம் கேட்டார்.

"ஐயனே, இந்த மக்களின் சத்தத்திற்கு அது அர்த்தம் இல்லை. கோட்டையினுள் இருக்கக்கூடிய போர்வீரர்களை எச்சூழ்நிலையிலும் உற்சாகமாக வைத்துக் கொள்ளவே இந்த ஏற்பாடுகளைச் செய்திருப்பார்கள் பல்லவர்கள் என்று நான் நினைக்கிறேன்" என்றான் உப தளபதி. "சரியான விடை! நீங்கள் சொல்வதுதான் சத்தியம்" என்று தளபதி சாத்தன் கணபதி கூறினார்.

பின் மீண்டும் பாண்டியர்களின் பாசறையில் இருந்து போர்முரசு இசைக்கப்பட்டது. இந்தப் போர் முரசின் இசை முடியும் தருணத்தில் பாண்டியப் படையிலிருந்து ஒரு அம்பு நேராக பல்லவர்களின் போர் முரசைத் தாக்கி நின்றது. முரசைத் தாக்கிய அம்பில் ஒரு செய்தி இருந்தது, 'பல்லவர்களே! உங்கள் கோட்டையை முற்றுகையிட்டு உள்ளோம். இது உங்களுக்கும் தெரியும் என்று நாங்கள் அறிவோம். உங்களுடைய மன்னன் நந்திவர்ம பல்லவன் இந்தக் கோட்டையில்தான் இருக்கிறார் என்று எங்களுக்குத் தெரியும். இன்று ஒரு நாள் கால அவகாசம் உங்களுக்குத் தருகிறோம். தீர்க்கமாக யோசித்து கோட்டையை விட்டு வெளியே வந்து பல்லவ தேசத்தை பாண்டியர்களிடம் ஒப்படைத்து விடுங்கள். அப்படிச் செய்தீர்கள் என்றால் தேவையில்லாத உயிர் இழப்பைத் தவிர்க்கலாம். இல்லையேல் நாளை சூரியக் கதிரின் முதல் ஒளி பூமியில் விழும் சமயம் மங்களகரமாக கண்டியூரில் மிகப்பெரிய யுத்தம் ஒன்று நடக்கும். இப்படிக்கு பாண்டியத் தளபதி சாத்தன் கணபதி' என்று அந்த மடலில் எழுதி இருந்தது.

இதை மன்னர் நந்திவர்மன் படித்தார். படித்தபின் அவனி சந்திரனை அழைத்து, "உனக்கு இதற்கு என்ன பதில் கூறவேண்டும் என்று தோன்றுகிறதோ, அந்த பதிலை இன்று அந்தி சாயும் பொழுது பாண்டியர்களின் போர் முரசில் கட்டி இருக்கக்கூடிய தோல் வாரின் மேல் நீ விடும் அம்பு தைத்து, அவர்களின் போர் முரசு கிழிய வேண்டும்."

"அப்படியே செய்கிறேன் மன்னா. நான் பதில் எழுதி விட்டு, உங்களிடம் கொண்டுவந்து ஒப்புதல் வாங்கி பின் அம்பை நாணில் ஏற்றுகிறேன்" என்றான்.

"அவனி சந்திரா, என்னிடம் நீ என்ன எழுதுகிறாய் என்று கொண்டுவந்து காட்டத் தேவையில்லை. நீ என்ன எழுதுவாய் என்று எனக்கு நன்றாகவே தெரியும். என்னுடைய ஒரே நோக்கம், நீ விடும் அம்பு பாண்டியர்களின் போர் முரசின் தோல்வாரைக் கிழிக்க வேண்டும்."

"சரி மன்னா, அப்படியே செய்கிறேன்" என்றான் அவனி சந்திரன். "மன்னா, எனக்கு ஒரு சிறு சந்தேகம். நீங்கள் ஏன் பாண்டியர்களின் போர் முரசைக் கிழிப்பதில் இவ்வளவு குறியாக இருக்கிறீர்கள்?" என்றான்.

"அவனி சந்திரா, பாண்டியர்களைப் பொறுத்தவரை போர் முரசைக் கைப்பற்றினால் போர் முடிந்தது என்று கூறுவார்கள். ஏனெனில் சங்கம் வைத்துத் தமிழ் வளர்த்த காலத்தில் போர்க்களங்களில் மிகவும் முக்கியமாகக் கருதப்பட்டது, எதிரிகளின் போர் முரசு. அதையே இன்று வரை அவர்கள் கடைப்பிடித்து வருகிறார்கள். அதனால்தான் உன்னிடம் போர் முரசைத் தகர்க்க வேண்டும் என்று சொன்னேன். உன் அம்பு பாண்டியராகளின் போர் முரசைத் தாக்கி அவர்களின் போர் முரசின் வார்ப்பில் சொருகி நிற்கவேண்டும். அப்படி நடந்தால் அவர்கள் நிலைகுலைந்து போவார்கள். நன்மதி வேலை செய்யாது. மனதில் இருக்கும் மூர்க்கத்தனம் மேலோங்கும். அச்சமயம் எதைப்பற்றியும் யோசிக்காமல் தொடர் தாக்குதல் செய்வார்கள். அப்பொழுது நாம் விவேகமாகச் செயல்பட்டால் அவர்களை வீழ்த்த முடியும். இதுவும் ஒரு தந்திரம்தான்" என்றார் மன்னர்.

"அப்படி என்றால் சரி மன்னா, நான் அவர்களின் முரசில் போய் நம் அம்பு தாக்கும் வகையில் நாண் ஏற்றுகிறேன். ஆனால் இன்று அந்தி சாயும் பொழுதில் வேண்டாம், நாளைக் காலை கதிரவனின் ஒளியில் இதைச் செய்வோம். ஏனெனில் பாண்டியர்கள் இரவில் போர் புரிய மாட்டார்கள் அல்லவா, அது யுத்தக் கோட்பாட்டுக்கு எதிரானது. அதனால் அதை அவர்கள் செய்ய மாட்டார்கள். நாம் அந்தி சாயும் பொழுதில் அவர்களுடைய முரசைக் கிழித்தால், போருக்கு வராமல் நிதானமாகச் சிந்தித்து ஏதேனும் வேறொரு வழியைத் தேர்ந்தெடுப்பார்கள். அதனால் அவர்களுடைய மூர்க்கத்தனத்தைத் தூண்ட நாளைக் காலை இந்த வேலையை நாம் செய்யலாம் என்று நினைக்கிறேன் மன்னா. உங்களுடைய கட்டளைக்கிணங்க நான் அதைச் செய்கிறேன், கட்டளையிடுங்கள்" என்றான் அவனி சந்திரன்.

"நீ சொல்வது சரிதானடா, அவ்வாறே செய்து விடு" என்றார் மன்னர்.

"இன்று முழுக்க நம் கோட்டையினுள் மகிழ்ச்சி அலை மட்டுமே இருக்க வேண்டும். அதுபோல் மங்கல வாத்தியங்களும் பறை ஒலியும் மத்தளச் சத்தங்களும் தொடர்ந்து இசைத்துக்கொண்டே

இருக்கவேண்டும். நாம் என்ன பதில் கூறப் போகிறோம் என்று பாண்டியர்கள் எண்ண ஓட்டத்தில் இருக்கவேண்டும். வேறு எந்த ஒரு சிந்தனையும் பாண்டியர்களுக்கு வரக்கூடாது. அதனால் தொடர்ந்து வாத்தியக்காரர்கள் வாசித்துக் கொண்டே இருக்கட்டும்" என்றார் நந்திவர்மன். அரசரின் கட்டளையை ஏற்றுக்கொண்டு அவனி சந்திரன் அனைத்துக் கட்டளைகளையும் ஒன்றன்பின் ஒன்றாக நிறைவேற்றினான்.

வெளியே பாண்டியர்கள், கோட்டைக்குள் என்ன நடக்கிறது என்பது புரியாமல் ஸ்தம்பித்துப் போய் இருந்தார்கள். 'நாம் செய்தி அனுப்பியதற்கு, மறு செய்தி வராமல் இருக்கிறதே' என்று குழம்பி இருந்தார்கள். இப்படியே முதல்நாள் கண்டியூர் கோட்டை முற்றுகை இரவு உணவுடன் முடிந்தது.

இரண்டாம் நாள் காலை பாண்டியத் தளபதி சாத்தன் கணபதி பாசறையில் வீரர்களின் முன் நின்று, "பாண்டியப் பெரு நாட்டின் வீரர்களே, நாம் இந்தப் பல்லவ தேசத்தின் மிக முக்கிய கோட்டைகளில் ஒன்றான கண்டியூர் கோட்டையை முற்றுகையிட்டு, கோட்டையினுள் இருக்கும் அரசனுக்குச் செய்தி அனுப்பியும்கூட எந்த ஒரு பயமும் இல்லாமல் பதட்டமும் இல்லாமல் பல்லவர்கள் கோட்டையினுள் அமைதியாக இருக்கிறார்கள். பாண்டியர்கள் வெறும் அறைகூவல் மட்டும்தான் விடுகிறோம் என்று நினைத்து கோட்டையின் உள்ளே இருக்கிறார்கள் போல. நாம் யார், நம் வீரம் என்ன, நம் படை பலம் என்ன என்பதை பல்லவர்களுக்கு உணர்த்தும் நேரம் வந்துவிட்டது. அனைவரும் நெஞ்சுரத்தோடு வில்லில் இருந்து கிளம்பும் அம்பு போல் வேகமாகச் செயல்படுங்கள். இன்று அந்தி சாய்வதற்குள், பல்லவர்களின் கொடி பறக்கும் இந்த கண்டியூர் கோட்டையில் பாண்டியர்களின் மீன் கொடி பறக்க வேண்டும். நாம் நினைத்ததை நடத்தி முன்னேற வேண்டும். அப்பொழுதுதான் பாண்டியர்களின் பெயர் வரலாற்றில் அசைக்கமுடியாத ஒரு பெயராக பொன்னிறத்தால் எழுதப்படும். அப்படி எழுதப்படும் புத்தகத்தில் கண்டியூர் கோட்டையின் முற்றுகையும் அதில் நாம் கண்ட வெற்றியும் வரவேண்டும். உங்கள் ஒவ்வொருவருடைய பெயரும் இந்த வரலாற்றில் அழிக்க முடியாத பெயராக மாற, இன்றைய தருணம் நீங்கள் செயல்படுவதில்தான் இருக்கிறது" என்று முழங்கினார்.

அனைத்து வீரர்களும் இவர் பேசியதைக் கேட்டு, கையில் இருக்கும் கேடயத்தில் வாளால் பட்டுப் பட்டென்று தட்டினார்கள். அந்த ஒலி வானத்திலிருந்து கீழே விழும் எரி

நட்சத்திரம் எழுப்பும் ஒலிச் சத்தமாக இருந்தது. இதைக்கண்டு இன்னும் உற்சாகமான தளபதி சாத்தன் கணபதி, “வெற்றிவேல்! வீரவேல்! வெற்றி நமக்கென்று கொட்டு முரசு” என்று கூறிக்கொண்டே பாசறையை விட்டு முரசு கொட்டும் இடத்திற்கு வந்தார்.

அவர் வந்து முரசு கொட்டுபவரைப் பார்த்து “ஆரம்பியுங்கள்” என்று கூறிய தருணம், எங்கிருந்தோ வானில் ஒரு அம்பு வந்து முரசின் மையப்புள்ளியில் சொருகி நின்றது. இதைச் சற்றும் எதிர்பார்க்காத தளபதி சாத்தன் கணபதி துடிதுடித்துப் போனார். ஏதோ தன் இருதயத்தில் அந்த அம்பு வந்து தைத்தது போல் மண்ணில் விழுந்தார். விழுந்த ஒரு நொடிகூட தாமதிக்காமல் மீண்டும் எழுந்து, அந்த முரசு வைத்திருக்கக்கூடிய இடத்தில் இருந்து மண்ணை எடுத்து நெஞ்சிலும் நெற்றியிலும் பூசிக்கொண்டு, “இதைச் செய்த பல்லவர்களை பழி தீர்க்காமல் விடமாட்டேன். பல்லவர்களின் சாம்ராஜ்ஜியத்தை இன்று அழிக்கிறேன்” என்று சிம்மம் போல் கர்ஜித்து,

“அம்பில் ஏதேனும் செய்தி வந்திருக்கிறதா?” என்று கேட்டார்.

“ஆம் தளபதியாரே” என்றான் அந்த முரசு கொட்டும் வீரன்.

“என்ன செய்தி? எடுத்துப் படி” என்றார்.

“‘நாங்கள் தயார்’ இதுதான் எழுதி இருக்கிறது ஐயா” என்று அந்த முரசு கொட்டும் வீரன் கொடுத்தான். அந்த மடலைப் பார்த்துவிட்டு மீண்டும் போர் முரசைப் பார்த்தார் தளபதி. அதைப் பார்த்தபின் கண் கலங்கி, கோபம் கொண்டு இன்னும் அரை நாழிகைக்குள் ஆரம்பிக்க கட்டளைகளைப் பிறப்பித்தார்.

அவரின் கட்டளைப்படி அனைவரும் தாக்குதலுக்குத் தயாரானார்கள். முதலில் அம்பு மழை பொழிய ஆரம்பிக்க, பல்லவர்கள் அனைவரும் கோட்டையின் மதில் சுவருக்குள் இருக்கக்கூடிய மண்டபத்தில் நின்றுகொண்டு அந்த அம்பு மழையிலிருந்து தப்பித்தனர். பாண்டியர்களின் அம்பு மழை நின்ற மறுகணம், அவனி சந்திரனின் மூன்றாம் பிறை வியூகத்தில் இருந்து அம்புகள் பறக்க ஆரம்பித்தன. கோட்டையினுள், கோட்டையில் இருந்து வந்த அம்புகளை அண்ணாந்து பார்ப்பதற்குள் பாண்டிய வீரர்களின் நெஞ்சில் அவை தைக்க ஆரம்பித்தன. இந்தத் தாக்குதலைச் சற்றும் எதிர்பார்க்காத பாண்டிய வீரர்கள் துடித்துப் போனார்கள்.

பல்லவர்களின் இந்த எதிர்த் தாக்குதலுக்குப் பின், பாண்டியர்கள் ஒரு நாழிகை தொடர்ச்சியாக அம்பு மழை பொழிந்தனர், அதில் சில பல்லவ வீரர்களுக்குக் காயம் ஏற்பட்டது. மீதமுள்ளவர்கள் ஜாக்கிரதையாக கோட்டையின் சுற்றுச் சுவரின் அரசனின் கீழ் இருந்தனர். பாண்டியர்கள் இவ்வாறு தொடர்ந்து ஒரு நாழிகை தாக்க, அத்தருணத்தை பயன்படுத்திக்கொண்டு சுரங்கப்பாதை வழியாக ஆற்றுப்படுகை வழியாகச் சென்று தாக்குதலுக்காகத் தயாரான நிலையில் பாண்டியர்களின் பாசறை அருகில் நின்று கொண்டிருந்தனர்.

அத்தருணத்தில் பாண்டியர்கள் அம்பு மழை பொழிவதை நிறுத்தினார்கள். அதைப் பயன்படுத்திக்கொண்டு கோட்டையினுள் இருந்து மீண்டும் பல்லவர்கள் அம்பு மழை பொழிய ஆரம்பித்தனர். இப்பொழுது கோட்டையைச் சுற்றி பல்லவர்களின் அம்பு பாய ஆரம்பித்தது. இந்த அம்பு மழைக்கு பல்லவர்கள் ஒரே சமயத்தில் ஆறு அம்பை விடக்கூடிய வில் இயந்திரத்தைப் பயன்படுத்தினார்கள். அதனால் நூறு வில்லாளிகள் அம்பு எய்தால், அறுநூறு அம்புகளாக எதிரிகளைத் தாக்கின. ஒரு நிமிடத்தில் அறுநூறு அம்புகள் என்று ஒருநாழிகை முழுக்க அம்பு மழை பொழிந்தனர். இதில் பாண்டியர்களின் படையில் பாதிப்பேருக்கு அடிபட்டது. இந்த மறு தாக்குதலைச் சற்றும் எதிர்பார்க்காத பாண்டியத் தளபதி சாத்தன் கணபதி மனமுடைந்தார்.

மனமுடைந்த சாத்தன் கணபதி, “கோட்டையின் வாயில் கதவை உடையுங்கள்” என்று கட்டளையிட்டார். யானைகள் கோட்டையின் வாயில் கதவை நோக்கி நகர, கோட்டையின் மேலிருந்து யானை குத்தி இயந்திரங்கள் மூலம் பல்லவர்கள் யானைப் படையை நோக்கித் தாக்க ஆரம்பித்தனர். பாண்டியர்களின் யானைப்படையும் ஒன்றன்பின் ஒன்றாகச் சரிய ஆரம்பித்தது. இருந்தும் பாண்டியர்களின் யானைப் படையில் இருக்கக்கூடிய யானைப் பாகர்கள் எதற்கும் அஞ்சாமல் கோட்டை வாயில் கதவை நோக்கி நகர்ந்துகொண்டேதான் இருந்தார்கள்.

இப்படி பாண்டியர்களின் யானைப்படை முன்நகர, மீண்டும் பாண்டியர்களின் வில்லாளிகள் அம்பு மழையை ஆரம்பித்தார்கள். இப்பொழுது கோட்டைக்குள் துரிதமாகச் செயல்பட்டு பாண்டியர்களின் அம்புகள் தைத்து, நிறைய பல்லவர்கள் சுருண்டு விழுந்தனர். ஆனாலும் அவனி சந்திரன் விடாது மூன்றாம் பிறை வியூகத்தின் மூலம்

தொடர்ந்து பதிலடி கொடுத்துக் கொண்டிருந்தான். இப்படி பதிலடி கொடுக்க, பாண்டியர்களின் படையில் சொற்பமான வீரர்களே மிஞ்சினார்கள். இவர்களை வைத்துத் தாக்க முடியாது என்ற எண்ணத்திற்குத் தள்ளப்பட்டார் பாண்டியத் தளபதி சாத்தன் கணபதி. அத்தருணத்தில்தான் யானைக்குத்தி இயந்திரத்திலிருந்து தப்பித்த பாண்டிய தேசத்தின் போர் யானைகள் பல்லவர்களின் கண்டியூர் கோட்டை வாயில் கதவை முட்ட ஆரம்பித்தன. இதைப்பார்த்த சாத்தன் கணபதிக்கு 'இன்னும் நம் போரில் உயிர் இருக்கிறது' என்று சந்தோஷம் வந்தது. அப்பொழுது எங்கிருந்து அம்புகள் வருகிறது என்று தெரியாத அளவிற்கு திடீரென்று பாண்டியர்கள் பக்கவாட்டிலிருந்து கண்டியூர் கோட்டையின் மேல், அம்பு மழை மீண்டும் பொழிய ஆரம்பித்தது. 'இங்கிருந்து இந்த அம்பு மழை வருகிறது, நமக்கு யார் உதவிக்கரம் நீட்டுகிறார்கள்?' என்று சாத்தன் கணபதி திரும்பிப் பார்த்தார். அது வேறு யாருடைய படையும் இல்லை, பாண்டியர்களின் தளபதி எட்டி சாத்தன் கண்டியூர் கோட்டை போர்க்களத்திற்கு வந்தார்.

அவர் களம் புகுந்த சமயம் மீண்டும் கோட்டையினுள் இருக்கக்கூடிய பல்லவ வீரர்களுக்குப் பலத்த காயம் ஏற்பட்டது. உடனே அவனி சந்திரன், கோட்டையில் உயரமாக இருக்கக்கூடிய விளக்கேற்றும் கூண்டின் மேல் ஏறிநின்று சிவப்பு நிறப் பல்லவர் கொடியை அசைத்தான். பாண்டியர்களின் பாசறை அருகே இருக்கக்கூடிய பல்லவ வீரர்கள் இந்தக் கொடி அசைவைப் பார்த்தனர். பார்த்து, "ஓ..." என்ற கூச்சலுடன் போர்க்களத்திற்குள் புகுந்தனர். எங்கிருந்து இத்தனை பல்லவர்கள் வந்தார்கள் என்று புரியாமல் போனது பாண்டியர் படை. அந்தச் சமயத்தில்தான் கண்டியூர் கோட்டையின் வாசல் கதவு திறக்கப்பட்டது. திறந்த மறுகணமே பல்லவர்களின் யானைப்படை ஆக்ரோஷமாக வந்து எஞ்சிய பாண்டியர்களின் யானைகளைக் குத்திக் கிழித்தது.

பாண்டியத் தளபதி சாத்தன் கணபதியின் யானைப்படை முற்றிலும் நிர்மூலம் ஆனது. பல்லவர்களின் யானைப்படை வெளியே வந்த தருணம் மீண்டும் கண்டியூர் கோட்டையில் இருந்து அம்பு மழை பொழிய ஆரம்பித்தது. இதில் தளபதி எட்டி சாத்தனின் படை காயமுற ஆரம்பித்தது.

எதிரி நாட்டின் படைவீரர்கள் நிறையப் பேர் காயமுற்று போர்க்களத்தில் குற்றுயிரும் குலை உயிருமாக இருப்பதைப் பார்த்த நந்திவர்ம பல்லவன், கோட்டையினுள் இருந்து ஒரு அம்பில் மடல் எழுதி அனுப்பினார். அது தளபதி சாத்தன்

கணபதியின் காலருகே குத்தி நின்றது. அந்த அம்பு வந்த தருணம், போரை நிறுத்த என்ன நடை வாசிப்பார்களோ அந்த நடை பல்லவர்களின் கண்டியூர் கோட்டையிலிருந்து போர் முரசில் வாசிக்கப்பட்டது.

இதைக் கண்ட பாண்டியர்கள், ஒரு நாழிகைக்குப் போர் நிறுத்தம் என்பதைப் புரிந்து கொண்டனர். மாபெரும் படையுடன் வந்த பாண்டியத் தளபதிகள், தற்சமயம் சொற்பமான படைவீரர்களுடன் கோட்டை முற்றுகை தோல்வியுற்றதை உணர்ந்து நின்று கொண்டிருந்தனர். சாத்தன் கணபதி அவர்கள் அறிக்கை வந்த அம்பை எடுத்து அதில் இருக்கும் மடலை வாசித்தார்.

'நீங்கள் பல்லவ தேசத்தினுள் எளிதில் நுழைந்தது போல் வெளியே செல்ல இயலாது. அனைத்து வாயில்களும் மூடப்பட்டன. இங்கு உங்களுடைய கோட்டை முற்றுகை முற்றிலும் முறிந்து போனது. வேண்டுமென்றால் உங்களுக்கு ஒரு வாய்ப்பு தருகிறேன். பாண்டிய பல்லவப் போருக்காக மணலூரில் போர்க்களம் தயாராக உள்ளது. நீங்கள் சென்று எத்திசையில் உங்களுக்கு வேண்டும் என்று பார்த்துவிட்டு, போர்க்களத்தில் ஆரம்பிக்கலாம். இல்லை, கோட்டைதான் வேண்டும் என்று முடிவு செய்தீர்கள் என்றால், இன்னும் ஒரு நாழிகைக்குள் உங்கள் இருவருடைய படை வந்த தடம் தெரியாமல் ஆகிவிடும். அத்துடன் பாண்டியர்களின் போர் முறையில் கோட்டை பிடித்தல் என்பது கிடையாது அல்லவா? நீங்கள் அறம் சார்ந்து போர் புரியக் கூடியவர்கள் அல்லவா? அப்படியிருக்க கோட்டை முற்றுகை உங்களுக்கு புதிய பாடமா?' என்று எழுதி இருந்தார் நந்திவர்மன்.

இதை தளபதிகள் படித்துக்கொண்டிருக்கும்போது பல்லவ வீரர்கள் பாண்டியர்களைச் சுற்றிவளைத்து இருந்தார்கள். ஒரு செவல நிறக் குதிரையில் வெண்ணிறப் பட்டுடுத்தி, தலையிலும் வெண்ணிறத் தலப்பாக்கட்டி, முத்து மணி மாலை போட்டு, நெற்றியில் நீர் திலகமிட்டு கம்பீரமாக ஒரு மனிதர் கோட்டை வாயிலில் இருந்து வெளியே வந்தார். வந்தவரைச் சுற்றி ஆறு கருநிறக் குதிரைகளில் இவரைப் போலவே அனைவரும் வெண்ணிற உடை அணிந்து பாண்டியர்களை நோக்கி வந்தனர். இந்த ஆறு பேரில் ஒருவன் மட்டும் வெண்ணிற உடையில் பல்லவர்களின் சிவப்புக் கொடி வரைந்த துண்டைத் தோளில் போட்டுக்கொண்டு இருந்தான். அவனே அவனி சந்திரன்.

இவர்கள் ஏழு பேரும் பாண்டியர்களின் படை இருக்கும் இடத்திற்கு வந்தனர். வெண்ணிறப் பட்டுடுத்தி செவல

நிறக் குதிரையில் வந்தவர் பாண்டியத் தளபதி சாத்தன் கணபதியைப் பார்த்து "நான் எழுதிய மடல் கிடைத்ததா?" என்று கேட்டார். அப்பொழுதுதான் அவர்களுக்குத் தெரியும் வந்திருப்பது மன்னர் நந்திவர்மனும், அவன் தளபதியும் மற்றும் மெய்க்காவல் வீரர்கள் என்று.

இப்படிப்பட்ட ஒரு போரில் எதிரியைப் பார்க்கக்கூடிய மன்னனின் முகம் எவ்வளவு கோபமாக இருக்கும்? ஆனால் நந்திவர்ம பல்லவனின் முகம் சாந்தமாகவும், தேஜஸாகவும் இருந்தது. இவர்களைப் பார்த்த பின் பாண்டியர்களின் தளபதிக்குப் பேச்சே வரவில்லை. இவர்களைப் பார்த்து பல்லவ மன்னர் நந்திவர்மன் பேச ஆரம்பித்தார்! "பாண்டிய தளபதிகளுக்கு வணக்கம். நான் எழுதிய செய்தியைப் படித்திருப்பீர்கள் என்று நினைக்கிறேன். என்னால் உங்களை இங்கே கைது செய்ய முடியும். ஆனால் நீங்கள் வீரர்கள், நாடு பிடிக்கும் ஆசையால் போர்க்களம் புகுந்து இருக்கிறீர்கள். அத்துடன் எனக்குத் தெரிந்த பாண்டியர்களின் மரபுப்படி போருக்காக முன்னேறி காலெடுத்து வைத்தால், 'வெற்றி, அல்லது வீரமரணம்!', 'வெற்றி அடைந்தால் மீனாட்சிக்குத் திருவிழா! இல்லையேல் இறந்த வீரனுக்கு இறுதி விழா!' என்ன, நான் சரியாகக் கூறுகிறேனா?" என்றார் பல்லவ மன்னர்.

ஒரு வார்த்தை கூட பேச இயலாமல் திகைத்துப் போய் நின்றார்கள் பாண்டியத் தளபதிகள். "உங்களுடைய அனைத்துப் படைகளின் நகர்வும் எங்களுக்குத் தெரியும். உங்களுக்கு முன்னால் ஏற்கெனவே ஒரு படை திருத்தணியை நோக்கிச் சென்று கொண்டிருக்கிறார் அல்லவா? அவர்களையும் உங்களிலிருந்து ஒருவர் சென்று நேராக மணலூருக்கு வரச் சொல்லுங்கள். இல்லையேல் தேவையில்லாமல் உங்களுடைய படைவீரர்கள்தான் வீர சொர்க்கம் கிடைக்காமல், திரிசங்கு சொர்க்கத்தில் சிக்கிக் கொள்வார்கள்.

உங்களிடமிருந்து செய்தி வராததால் உங்களைத் தேடி ஒரு பெரும்படை பல்லவ தேசத்தினுள் வரும் என்பது எங்களுக்குத் தெரியும். அதுவும் நீர் வழித்தடத்தில் தில்லை அருகே இருக்கக்கூடிய பிச்சாவரம் வழியாக உள்ளே வருவார்கள் என்றும் தெரியும். அதனால், இப்பொழுது நீங்கள் எடுப்பதுதான் முடிவு" என்றார்.

இதைக்கேட்ட பாண்டியத் தளபதி எட்டிச் சாத்தன், "பாண்டிய தேசத்தில் இருந்து புறப்பட்ட பொழுது வெற்றி அல்லது வீர மரணம் என்றுதான் புறப்பட்டோம். நீங்கள்

கூறிய எங்கள் தேசத்தின் கோட்பாடு சரிதான். இப்படியிருக்க நீங்கள் சொன்னபடி மணலூரிலே போர்க்களத்தில் பல்லவ சேனையை நாங்கள் சந்திக்கிறோம்" என்றார்.

"அப்படியானால் சரிதான்! இன்று இரவு முழுக்க உங்கள் பாசறைக்கு நாங்கள் காவல் இருப்போம். நாளைக் காலை கதிரவன் உதிக்கும் முன்பு நீங்கள் அனைவரும் மணலூரை நோக்கிச் சென்று விடுங்கள்" என்று கூறினார் நந்திவர்மன்.

இவ்வாறு கூறிவிட்டு மீண்டும் கோட்டையை நோக்கி நகர்ந்தார் பல்லவப் பேரரசர். பாண்டியர்களைச் சூழ்ந்திருந்த பல்லவர் படை, அவர்களை விட்டு சற்றும் விலகாமல் அப்படியே பாசறையை நோக்கிச் சென்றது. பாண்டியர்களின் படையிலிருந்து ஒரு குதிரைவீரன் மட்டும் திருத்தணியை நோக்கி அனுப்பிவைக்கப்பட்டான்.

இங்கு இவ்வாறு நடக்க, ராஷ்டிரகூடத்தின் இளவரசன் துருவன் மான்யகேடத்திலிருக்கும் ராஷ்டிரகூட அரசன் கிருஷ்ணனுக்கு, 'பல்லவர்களும் பாண்டியர்களும் போர் புரிகிறார்கள், அதனால் பல்லவ தேசத்தின் மீது தாக்குதல் நடத்த இதுவே சரியான தருணம்' என்ற செய்தியை அனுப்பினார். இதைப் பார்த்த கிருஷ்ணன் கங்க நாட்டின் அரசன் ஸ்ரீ புருஷனையும், வல்லவராயன் என்கிற சிற்றரசனையும் பல்லவ தேசத்தின் மீது போர் தொடுக்கச் செல்லுமாறு பதில் அனுப்பினார். அதிலும் துருவன் கூறியதுபோல் பல்லவர்களின் நாணயங்கள் செய்யும் பொக்கிஷக் கோட்டையான வெண்குளிக்கோட்டையைப் பார்க்கச் சொன்னான். இந்தச் செய்தி துருவனிடம் வந்து சேர்ந்தது. இதைப் பார்த்த துருவன் ஸ்ரீ புருஷனையும், வல்லவராயனையும் படையுடன் வெண்குளிக்கோட்டையைத் தாக்க அனுப்பி வைத்தான். இவர்களும் பல்லவ தேசத்தை நோக்கிப் பயணம் செய்ய ஆரம்பித்தார்கள்.

இப்படி இரு முனையிலிருந்தும் தாக்குதல் வந்துகொண்டிருந்த சூழ்நிலையில் மூன்றாம் நாள் காலைப் பொழுது விடிந்தது. கண்டியூரில் அனைத்துப் பாண்டிய நாட்டு வீரர்களும் மணலூர் நோக்கிப் பயணம் செய்ய ஆரம்பித்தார்கள். பல்லவ மன்னர் நந்திவர்மன் கூறியதுபோல் தில்லை அருகே இருக்கக்கூடிய பிச்சாவரத்தில் பாண்டியர்களின் பல பல படகுகள் காலாட்படை வீரர்கள் மற்றும் குதிரைப்படை வீரர்களுடனும் வந்து தஞ்சம் புக ஆரம்பித்தன.

9. வெண்குளிக்கோட்டை

காலை பொழுது புலர்கிறது என்றால் அது எல்லா இடத்திலும் ஒன்றாக இருப்பதில்லை. ஒவ்வொரு இடத்திலும் அந்த இடத்தின் கால சூழ்நிலைக்கு ஏற்றார் போல் காலை பொழுது புலர்கிறது. இன்று வெண்குளிக்கோட்டையை போர் மேகம் சூழ்ந்து, அங்கு காலை புலர்ந்தது. பாண்டியர்களும், பல்லவர்களும் போல் ராஷ்டிரகூடர்கள் போர் மரபைக் கடைப்பிடிக்க வேண்டும் என்ற எந்த ஒரு கோட்பாடும் கிடையாது. அதனால் பொழுது புலர்ந்த உடனே போரை ஆரம்பித்து விட்டார்கள். வெண்குளிக்கோட்டை இயற்கையாகவே நதியின் நடுவில் சிறு தீவு போல் இருக்கக்கூடிய இடத்தில் கட்டப்பட்ட கோட்டை அது. அக்கோட்டைக்கு வந்து செல்வதற்காக பாலாற்றின் கரையில் இருந்து கோட்டையின் வாயில் வரை மரத்தாலான பாலம் இருக்கும். பாலத்தின் மூலம்தான் அக்கரையிலிருந்து வீரர்கள் வரவேண்டும். அத்துடன் அக்கரையில் இருந்து கோட்டைக்கு வருவதற்கு நிறைய இடங்களில் படகுத்துறைகள் இருக்கின்றன.

இவை அனைத்தையுமே தீக்கிரையாக்கினார்கள் ராஷ்டிரகூடர்கள். இப்படித் தீக்கிரையாக்கினால் எளிதில் இந்தக் கோட்டையைப் பிடித்துவிடலாம் என்று எண்ணினார்கள் ராஷ்டிரகூடர்கள். பாவம், அவர்களுக்குத் தெரியாது அல்லவா, இம்முறை பல்லவர்களின் போர் வியூகம் வேறு ஒரு தொனியில் இருக்கிறது என்று.

அனைத்தையும் தீக்கிரையாக்கிவிட்டு கோட்டையின் படகுத்துறைப் படிக்கட்டில் காலடி எடுத்து வைத்தார்கள் வல்லவராயனும், ஸ்ரீபுருஷனும். இவர்கள் இவ்வாறு அட்டகாசம் செய்கிறார்கள் என்பதை கண்டியூரின் கோட்டைக் காவல் தளபதி அதிரன் புல்லன் வெண்குளிக்கோட்டையில் இருக்கும் உயர்ந்த விளக்குக் கூண்டின் மேல் நின்று, கீழ் நடக்கும் அனைத்தையும் பார்த்துச் சிரித்துக் கொண்டிருந்தான்.

வல்லவராயனும், ஸ்ரீ புருஷனும் அவர்கள் மேல் ஏறி வருவதற்குள் பத்துப் பேர் கொண்ட சிறு படையை அனுப்பி கோட்டையின் நிலவரம் என்ன என்பதைப் பார்த்து வரச் சொல்லியிருந்தார்கள். அதில் நான்கு பேர் உடலில் நெருப்புடன் ஓடிவந்து பாலாற்றில் விழுந்தார்கள். இதைப் பார்த்த ஸ்ரீ புருஷன் எடுத்து வைத்த ஒவ்வொரு அடியையும் பின்னோக்கி வைத்தான். இதைக் கவனித்த வல்லவராயன், “நான்கு பேருக்குதானே இந்த கதி, மீதமுள்ள ஆறு பேர் என்ன ஆனார்கள் என்று பார்ப்போம்” எனக் கூறினான். வல்லவராயன் கூறியதைக் கேட்டு படித்துறையில் இருந்து படியேறி கோட்டை அருகே வந்தார்கள். ஆனால் வந்தவர்களுக்குப் பேரதிர்ச்சி காத்திருந்தது. நான்கு பேராவது உடம்பில் தீக்காயங்களுடன் தண்ணீரில் நீந்தி அக்கரைக்குச் சென்றார்கள். ஆனால் மீதம் இருக்கும் அந்த ஆறு பேரும் உயிர் இல்லாத சவமாய்க் கிடந்தார்கள். அவர்கள் உடம்பில் ஒரு ரத்தக் காயம் கூட கிடையாது. ‘இவர்கள் எப்படி இறந்து போனார்கள்’ என்று யோசித்துக் கொண்டிருந்தபோது, கோட்டையின் வாயில் கதவு திறந்தது. அந்தக் கதவில் இருந்து ஒரு வயதானவர் வந்து, “ஒரு பானை சோற்றுக்கு ஒரு சோறு பதம். புரிந்து கொள்வீர்கள் என்று நினைக்கிறேன்” என்று கூறிவிட்டு. பாலாற்றில் குதித்து நீந்தி அக்கரை சென்றுவிட்டார். அவர் சென்ற பின்னும் கோட்டைக் கதவு மூடவில்லை.

“கோட்டைக் கதவு திறந்து இருக்கிறதே, நாம் கோட்டைக்குள் புகுந்து தாக்கலாம்” என்று வல்லவராயன் சொல்ல, படைவீரர்கள் நேராக கோட்டைக்குள் சென்றனர். அவர்களுடன் வல்லவராயனும் உள்ளே சென்றான். ஸ்ரீ புருஷனும் ஒரு சிறு படையும் கோட்டையின் வெளியே நின்றிருந்தனர், அக்கரையிலிருந்து யாரேனும் வந்தால் அவர்களைச் சமாளிப்பதற்காக. உள்ளே சென்ற வல்லவராயனுக்கும் படை வீரர்களுக்கும் சற்று பயமாகதான் இருந்தது. ஏனெனில் கோட்டையின் தரைத்தளத்தில் யாருமே இல்லை, முதல் தளத்திலும் யாருமில்லை. ஆனால் முதல்

தளத்தினுள் சென்ற நிறைய வீரர்கள் திரும்பி வரவும் இல்லை, சத்தமும் இல்லை. என்னவென்று சிந்தித்துக்கொண்டே முதலில் அதற்குள் சென்ற வல்லவராயனுக்குப் பேரதிர்ச்சி காத்திருந்தது. அனைத்து வீரர்களும் ஏதோ ஒரு பொறியில் சிக்கி தலைகீழாகக் கட்டப்பட்டிருந்தனர். ஒவ்வொரு வீரனின் மார்பிலும் அம்பு தைத்து ரத்தம் கொட்டிக்கொண்டிருந்தது. இதைப் பார்த்து ஆடிப் போன வல்லவராயன், "எதிரியின் கோட்டைக்குள் வந்தால் இப்படியெல்லாம் ஆகத்தான் செய்யும், வாருங்கள், நாம் முன்னேறலாம்" என்று கூறி, அவனுடன் இருக்கும் சொற்பமான வீரர்களை அழைத்துக்கொண்டு மேல் தளத்திற்குச் சென்றார்.

கோட்டையின் மேல் தளத்தில் இவர்களுக்காகவே பல்லவர்களும், கண்டியூர் கோட்டையின் காவல் தளபதி அதிரன் புல்லனும் காத்துக் கொண்டிருந்தார்கள். ராஷ்டிரகூடர்கள் மேல் தளத்திற்கு வந்த உடனேயே தாக்குதலை ஆரம்பித்து விட்டார்கள். வாளோடு வாள் மோதும் சத்தம் தரைத் தளத்தில் இருக்கும் ஸ்ரீ புருஷனுக்குக் கேட்க, அவனும் மேல் தளத்திற்கு அவனுடைய வீரர்களுடன் வந்து சேர்ந்தான்.

வாளோடு வாள் மோதி நெருப்புப் பொறிகள் வர ஆரம்பித்தது. இருபக்கமும் இழப்பு. பல்லவர்களின் வில்லாளிகளைவிட ராஷ்டிரகூடர்களின் வில்லாளிகள் பக்கமிருந்து அம்பு எய்வதில் வல்லவர்களாக இருந்தார்கள். அதேபோல் அம்பை வளைத்து விடுவதிலும் வல்லவர்களாக இருந்தார்கள். இதன் காரணத்தினாலேயே பல்லவர்கள் பக்கம் நிறைய உயிர்ச் சேதம். இதைப் பார்த்துக்கொண்டு இருந்த தளபதி அதிரன் புல்லன் களத்தில் வேகமாகச் செயல்பட்டான். அவன் கண்ணெதிரே தெரியும் அனைத்து ராஷ்டிரகூடர்களையும் பாதிப் பாதியாக வெட்டித் தள்ளினான்.

இதைப்பார்த்த பல்லவர்களும் வீறுகொண்டு எழுந்து சிங்கம் வேட்டையாடுவது போல் பாய்ந்து அடித்தனர். ஒருகட்டத்தில் ராஷ்டிரகூடர்கள் இடையே வீரர்கள் யாரும் இல்லை. வல்லவராயனும் ஸ்ரீ புருஷனும் மட்டுமே இருந்தார்கள். பல்லவர்களிலோ இருபது வீரர்களும் தளபதியும் மீதமிருந்தனர்.

இதைப் பார்த்த பல்லவரின் தளபதி அதிரன் புல்லன் வல்லவராயனையும், ஸ்ரீ புருஷனையும் பார்த்து, "உங்களில் யாரேனும் ஒருவர் துவயுத்தத்திற்கு வாருங்கள், மற்றொருவன் இங்கு நடப்பதைப் பார்த்துவிட்டு உங்கள் ராஷ்டிரகூடப்

பேரரசன் கிருஷ்ணனிடம் போய், 'பல்லவர்கள் ஒன்றும் சாதாரணமானவர்கள் அல்ல' என்று கூறுங்கள்."

இதைக் கேட்ட வல்லவராயனுக்குப் புஜங்கள் துடித்தன. தடாரென்று முதல் அடி எடுத்து வைத்து, "நான் உன்னுடன் துவந்த யுத்தத்திற்கு வருகிறேன்" என்று கூறி வாள் வீச ஆரம்பித்தான். வல்லவராயனும், அதிரன் புல்லனும் வாளோடு வாள் மோதி சண்டையிடுவதைப் பார்க்க இரண்டு காளை மாடுகள் சண்டையிடுவது போல் இருந்தது. ஒரு கட்டத்தில் பல்லவத் தளபதி அதிரன் புல்லனின் வாள் கையில் இருந்து நழுவியது. நழுவிய வாளைக் காலால் எத்த முயன்ற வல்லவராயன், "எனக்கு தெரியாது இதுதான் நாம் எடுத்து வைக்கப் போகிற கடைசி அடி என்று." வல்லவராயன் காலால் வாளை எத்திய தருணத்தைப் பயன்படுத்திக்கொண்டு, புல்லன் இடுப்பில் உறையில் இருந்த பல்லவ வாளை உறையிலிருந்து உருவி, தன்னைத் தாக்க வந்த வல்லவராயனின் வாளைத் தடுத்தான். அதிரன் புல்லன் தடுத்ததுதான் தாமதம், பல்லவத் தளபதியின் வாள் மேல்பட்ட வல்லவராயனின் வாள் இரண்டு துண்டாக உடைந்தது. இதைப் பார்த்து அதிர்ந்து போன வல்லவராயன், உடைந்த வாளை வைத்து கையைச் சுழற்றினான். அதையும் தடுத்து நிறுத்தி இடுப்பில் இருக்கும் ஒரு குறுவாளை எடுத்து வல்லவராயன் நெஞ்சில் இறக்கி, அந்த இடத்திலேயே ராஷ்டிரகூடர்களின் யுத்தத்தை ஒரு முடிவுக்குக் கொண்டுவந்தான் கண்டியூர் கோட்டையின் காவல் தளபதி அதிரன் புல்லன். ஒற்றை ஆளாக இதைப் பார்த்துப் பயந்த ஸ்ரீ புருஷன், ஒரு நொடிகூட தாமதிக்காமல் பாலாற்றில் குதித்து அப்படியே நீந்தி அக்கரைக்குச் சென்று தலைதெறிக்க ஓடினான்.

இவ்வாறு இவன் ஓடி ராஷ்டிரகூட மன்னன் கிருஷ்ணனிடமும், அந்நாட்டு இளவரசர்களிடமும் இங்கு நடந்ததைக் கூறுவான் என்று நம்புவோம்.

இங்கு வெண்குளிக்கோட்டையில் இப்படி நடக்க, பிச்சாவரத்தில் பாண்டியர்களின் படையின் எண்ணிக்கை அதிகமாகிக்கொண்டு இருந்தது. காட்டு வழியாகச் சென்று தில்லை அருகே இருக்கும் மணலூருக்குச் சென்றுவிடலாம் என்று முடிவெடுத்து நகரவும் ஆரம்பித்தார்கள்.

பாண்டியத் தளபதி மாறன் காரியின் தலைமையில் சென்ற படை திருத்தணி அருகே செல்லும்போதே, அவர்களை விரட்டி

அடித்தது பல்லவர்களின் தளபதியான உதயசந்திரனின் படையும், மாறன் பரமேஸ்வரனின் படையும்.

பாண்டியத் தளபதி மாறன் காரி என்ன செய்வது என்று திகைத்து இருந்த சமயம், கண்டியூரில் இருந்து கிளம்பிய பாண்டிய குதிரைவீரன் தளபதியைச் சந்தித்து, கண்டியூர் கோட்டையில் என்ன நடந்தது என்பதையும் மணலூரில் போருக்காகப் பெரும் படையுடன் பல்லவர்கள் காத்திருக்கிறார்கள் என்பதையும் கூறினான். அதனுடன் சேர்ந்து "நம் தேசத்தில் இருந்தும் பலநூறு வீரர்கள் மணலூரை நோக்கி வந்து கொண்டிருக்கிறார்கள், அதனால் நீங்களும் மணலூர் வந்துவிடுங்கள்" என்று கூறி அனைவரையும் மணலூருக்கு அழைத்துச் சென்றான்.

பாண்டியர்கள் மதுரை நோக்கிச் செல்ல, அவர்களைப் பின்தொடர்ந்து பல்லவ தளபதி மாறன் பரமேஸ்வரனின் படையும் தளபதி உதயச்சந்திரன் படையும் போயின. பாண்டியர்களுக்குத் தெரியாது மணலூரில் யார் யார் இருக்கிறார்கள் என்று.

மணலூர் போர்க்களம் ரத்தம் குடிக்க தாகத்துடன் காத்துக்கொண்டிருக்கிறது.

10. மணலூரில் பேய்

நாட்கள் வேகமாக நகர்ந்தன. பாண்டியர்களின் படை மணலூரை வந்து அடைந்தது. அவர்களுக்காகவே காத்திருந்தது பல்லவர்களின் படை. சுவரன் மாறன் தலைமையில் மணலூரில் பாடி அமைத்துக் காத்திருந்தது. பல்லவ தேசத்தின் மற்ற இடங்களில் இருந்தும் படைகள் வந்து சுவரன் மாறனுடன் சேர்ந்து கொண்டன. தளபதி உதயசந்திரனும், மாறன் பரமேஸ்வரனும் நாட்டின் எல்லைப் பாதுகாப்பை உறுதி செய்ய நான்கு பக்கமும் பயணம் செய்து கொண்டிருந்தார்கள். அவர்களுடைய படகிலிருந்து சொற்பமானவர்களை அவர்களுடன் கூட்டிச்சென்று, மற்றவர்களை சுவரன் மாறனிடம் மணலூரில் விட்டுச் சென்றார்கள்.

இப்பொழுது மணலூரில் சுவரன் மாறனின் தலைமையில் பல்லவர்களின் படை தயாராக இருந்தது. அவர்களுக்கு எதிரே பாண்டியர்களின் படை கடும் கோபத்துடன் அவர்களைத் தாக்க பாடி அமைத்துத் தயாராக இருந்தது.

இந்தப் போரைப் பற்றித் தெரிந்துகொண்ட கோட்டாற்று இளம்பெருமானார் எனும் புலவர் காஞ்சியிலிருந்து மணலூர் நோக்கி வந்துகொண்டிருந்தார்.

போர்க்களத்தை பாண்டிய நாட்டுத் தளபதிகள் எட்டி சாத்தன், பாண்டி அமிர்தம் மங்கலவரயன், மாறன் காரி மற்றும் சாத்தன் கணபதி சுற்றிப்பார்த்து, "நம் படைக்கு இந்தப் போர்க்களம் சரியாகத்தான் இருக்கும்" என்று பேசிக் கொண்டார்கள்.

"நாளை காலை சூரியோதயம் ஆகி ஐந்தாம் நாழிகை போர் ஆரம்பம் ஆகும்" என்று சுவரன் மாறனும் பாண்டியத் தளபதிகளும் பேசிக்கொண்டு போர்க்களத்தை நோட்டம் விட்டுவிட்டு அவரவர்களின் பாசறைக்கு வந்தனர்.

பல்லவர்களின் பாசறையில் சுவரன் மாறன் அங்கு இருக்கும் உப தளபதிகளை அழைத்து, "நாளை காலை போரில் நாம் கொக்கு வியூகத்தில்தான் சண்டையிடப் போகிறோம்" என்று கூறினான். "ஆனால் இந்த வியூகத்தில் ஒரு சிறு மாற்றம் இருக்கிறது, கொக்கின் வாய்ப்பகுதி யானைப்படை, அதற்குப்பின் நம் குறிப்பில் இருப்பதுபோல் வில்லாளிகள் வரவேண்டும். ஆனால் நாம் குதிரைப் படையில் இருகையிலும் வாள் வைத்துச் சண்டையிடக் கூடியவர்களை யானைப் படைக்குப் பின் வைத்துக்கொள்வோம். இந்தக் குதிரைக்குப் பின் வில்லாளிகள். வில்லாளிகளுக்குப் பின் காலாட்படை வீரர்கள் என உடல் பாகம் முடிந்துவிடும்.

இறக்கைகளில் எந்த ஒரு மாற்றமும் இல்லை. இறக்கையின் முதல் கோட்டில் சுருள் வாள் படையினர், பின் கோடு முதலில் ஒரு ரதம் அதனுள் ஆறு வீரர்கள். அதன் அடுத்து யானை குத்தி இயந்திரங்கள் பொருத்தப்பட்ட ரதம் என ஒன்றைவிட்டு ஒன்று மாறி மாறி இருக்கும். என்ன புரிந்ததா? உங்கள் படையில் இருக்கும் வீரர்களிடம் இந்த மாற்றத்தைப் பற்றிச் சொல்லிவிடுங்கள். நாளை விடியும் பொழுது பாண்டியர்களுக்கு ஒரு பாடத்தைக் கற்றுக் கொடுப்போம்" என்று கூறினார். "பாடி காவலை நானே பார்த்துக் கொள்கிறேன். வீரர்கள் அனைவரும் உறங்குங்கள், நாளை பொழுது நம் கொடியில் இருக்கும் சிங்கத்தின் வேட்டை ஆரம்பம்."

இன்னொரு பக்கத்தில் பாண்டியர்களின் பாசறையில் சபை கூடியது. பாண்டியர்களின் தளபதி எட்டி சாத்தன் பேச ஆரம்பித்தார், "வீரர்களே, நாம் அனைவரும் இந்த மணலூரில் ஒன்று கூடியுள்ளோம். கண்டியூர் கோட்டையில் நடந்த யுத்தத்தில் பல்லவர்கள் கோட்டையை அரணாக வைத்து மிக லாகவமாகச் சண்டையிட்டு நம்மை வீழ்த்தினார்கள்.

அத்துடன் கோட்டையைக் காவல் காத்து சண்டையிட்ட பொழுதிலும் நம் படையை விட பல்லவர்களின் படையில் உள்ள வீரர்களின் எண்ணிக்கை சொற்பமாகவே இருந்தது. போர்க் கருவியின் உதவிகொண்டு நம்மைத் தோற்கடித்தார்கள். ஆனால் இன்றோ நாம் அவர்களின் எண்ணிக்கையைக் காட்டிலும் மூன்று பங்கு வீரர்களுடன் போர்க்களத்தில் இருக்கிறோம்.

இப்படி இருக்கையில் கண்டிப்பாக நாளை காலை சூரிய உதயத்துக்குப் பின்பு நடக்கக்கூடிய யுத்தத்தில் நாம் வெற்றி அடைவோம். எதிரியை வீழ்த்த வேண்டும் என்ற நோக்கத்துடன் சண்டையிடுவதை விட, நாம் வெற்றி அடைவோம் என்ற எண்ணத்துடன் சண்டையிடுவோம். கண்டிப்பாக போர்க்களம் நமக்கு பூ மாலை போடும் என்று நம்புகிறேன்" என்றார் பாண்டியத் தளபதி எட்டி சாத்தன்.

இதைக் கேட்ட தளபதி சாத்தன் கணபதி, "நாம் என்னதான் எண்ணிக்கையில் அதிகமாக இருந்தாலும் அவர்கள் வியூகம் வகுப்பதில் வல்லவர்களாக இருக்கிறார்கள். அதனால் நாம் ஏதேனும் ஒரு வியூகத்துடன்தான் யுத்த களத்திற்குச் செல்ல வேண்டும். வியூகம் இல்லாததே வியூகம் என்று கூறுவது சரி வராது" என்றார். "அப்படி என்றால், நாம் எந்த வியூகத்தில் செயல்படலாம் என்று நினைக்கிறீர்கள்?" என்று சபையில் கேட்க,

"நாம் சங்கிலி வியூகத்தில் செயல்படவேண்டும் என்று நினைக்கிறேன்."

"சங்கிலி வியூகமா!" என்று சபையில் இருக்கக்கூடிய அனைத்து வீரர்களும் ஒருசேரக் கேட்க, "ஆம், சங்கிலி வியூகம்தான்" என்று கம்பீரமாகச் சொன்னார் தளபதி சாத்தன் கணபதி. "ஏன் சங்கிலி வியூகம் என்று சொன்ன உடனேயே இவ்வளவு ஆச்சரியம்?" என்றும் கேட்டார். சபையில் நிசப்தம் இருந்தது. "ஒரு இரவுக்குள் சங்கிலி வியூகத்தை எப்படி அமைப்பது என்ற எண்ணம்தானே உங்களுக்கு? இது எனக்கு நன்றாகப் புரிகிறது. ஆனால் இந்த வியூகத்தை விட்டால் வேறெந்த வியூகமும் பல்லவர்களுக்கு முன் செயல்படாது என்று உறுதியாக எண்ணுகிறேன்" என்றார் சாத்தன் கணபதி.

"இதை எப்படி இந்த ஓர் இரவுக்குள் செய்யமுடியும் என்று கூறுகிறீர்கள்?" என ஒரு வீரன் கேட்க, "சங்கிலி வியூகம் ஒன்றும் மிகவும் கடினமான ஒன்று கிடையாது. நம்மிடம் இருக்கக்கூடிய மூன்று வகை படையையும் சங்கிலி போல் இணைக்க வேண்டும், அவ்வளவுதான். சங்கிலியின் முதல் கொக்கி காலாட்படை, அடுத்த கொக்கி குதிரைப்படை, அதற்கு அடுத்ததாக யானைப்படை. இவ்வாறு மூன்றையும் ஒன்றாகச் சேர்த்து ஒரு சங்கிலியின் நகர்வு போல் நகர்ந்து, நகர்ந்து, நகர்ந்து எதிரியைச் சுற்றி வளைக்க வேண்டும். பின் இந்தச் சங்கிலியை உடைத்து வீறுகொண்டு எழுந்து அவர்களைத் தாக்க வேண்டும். இது எதிரியை நிலைகுலையச்

செய்யும். இதுதான் பல்லவர்களுக்கு சரியான வியூகமாகவும் இருக்கும்.

இதனை நீங்கள் அனைவரும் உங்களுடைய படை வீரர்களிடமும் மற்றவர்களிடமும் கூறிவிடுங்கள். முதலில் போர் முரசில் ஒரு அடி அடிக்கப்படும். அப்பொழுது காலாட்படை வீரர்கள் அணிவகுத்து வந்து நிற்கவேண்டும். பின் இரண்டாம் அடிக்கு குதிரைப்படை வீரர்கள் காலாட்படை வீரர்களுடன் கைகோர்த்து சங்கிலி வியூகத்தை ஆரம்பிக்க வேண்டும். மூன்றாவது அடியின் பொழுது யானைப் படை வீரர்கள், காலாட்படை வீரர்கள் மற்றும் குதிரைப்படை வீரர்களுடன் மூன்றாவது கொக்கியாக இணைந்து சங்கிலியைப் பலப்படுத்த வேண்டும்.

இந்தத் திட்டத்தை அனைவருக்கும் தெரிவியுங்கள். நாளைப் பொழுது நாம் வெற்றி பெறுவோம். பாண்டியர்களின் கொடி பல்லவ தேசத்தில் பறக்கும். வெற்றிவேல்! வீரவேல்!" என்று சாத்தன் கணபதி முழங்க, அனைவரும் இவர் கூறியதற்கு ஒப்புவிப்பது போல், "வெற்றிவேல்! வீரவேல்!" என்று முழங்கினர். இவ்வாறு அன்று இரவு இரண்டு பாசறைகளில் போர் வியூகத்துடன் இரவு கழிந்தது.

போர் மேகங்கள் சூழ்ந்த காலைப்பொழுது மணலூரில் கதிரவனின் முதல் கதிரால் புலர்ந்தது.

காலை புலர்ந்து ஐந்தாம் நாழிகையில் இரண்டு பக்கத்திலும் வீரர்கள் போருக்குத் தயாராக இருந்தார்கள். போருக்கு அணிவகுத்து நிற்பதற்காக ஊதப்படும் சங்கு நாதத்தை இருபக்கமும் ஊதினார்கள்.

பாண்டியர்கள் பக்கம் போர் முரசில் முதலடி அடிக்கப்பட்டது. அந்த ஒலியைக் கேட்டு காலாட்படை வீரர்கள் முன்வந்தார்கள். இரண்டாம் அடி அடிக்கப்பட்டது, குதிரை வீரர்கள் காலாட்படை வீரர்களுடன் கைகோர்த்தனர். மூன்றாம் அடி அடித்த பின், யானைப்படை வந்து இவர்கள் இருவருடனும் கைகோர்த்து சங்கிலித் தொடரை உருவாக்கியது. இதை அப்படியே பின்தொடர்ந்து ஒருவர் பின் ஒருவராக சங்கிலித் தொடரை உருவாக்கி நான்கு அடுக்கு அரை வட்டம் போல் அணிவகுத்து நின்றார்கள்.

இதைப் பார்த்த பல்லவ வீரர்கள், சுவரன்மாறனை அழைத்து, "இது என்ன பாண்டியர்கள் சங்கிலி வியூகத்தை அமைத்திருக்கிறார்கள்?" என்று ஒரு உப தளபதி கேட்டான்.

“இந்த சங்கிலி வியூகம் மலைத் தொடர்களுக்கும் காடுகளுக்கும் வேண்டுமானால் சிம்மசொப்பனமாக இருக்கலாம். இது தரை தளம், நம் நாட்டின் போர்க்களம். அப்படி இருக்க நமக்கு என் பதட்டமும் பயமும்? நம்முடைய வியூகத்தில் எந்த ஒரு மாற்றமும் இல்லை. கொக்கு வியூகம் அமைக்க அனைவரும் தயாராகுங்கள்” என்றான் சுவரன்மாறன்.

பல்லவத் தளபதியுடன் பேசிக்கொண்டிருந்த உபதளபதி வேகமாக நகர்ந்து முரசு கொட்டியவனிடம் சென்று, “கொக்கு வியூகம் அமைக்க முரசொலி எழுப்புங்கள்” என்று கூறி வீரர்களுடன் வந்து நின்றான். கொக்கு வியூகம் அமைக்க முரசில் நான்காம் கட்டை நடை வாசிக்கப்படும். அந்த நடையை பல்லவ தேசத்தின் முரசொலி எழுப்புபவர் வாசிக்க, தளபதி சுவரன் மாறனின் தலைமையில் பல்லவர்களின் படை கொக்கு வியூகத்தில் அணிவகுத்து நின்றது.

இதைப்பார்த்த பாண்டியர்கள் எள்ளி நகைத்தார்கள். ‘சங்கிலி வியூகத்தைப் பற்றித் தெரியாதவன் ஏதோ மீனைத் திங்கும் கொக்கு வியூகத்தை வைத்தால் பாண்டியர்கள் என்ற திமிங்கலத்தைச் சாய்த்துவிடலாம் என்று நம்பி இருக்கிறார்கள். இவர்கள் அவர்களுக்குத் தக்க பதிலடி கொடுக்க வேண்டிய தருணம் வந்தாகிவிட்டது’ என்று கூறிய பாண்டியத் தளபதிகள், ‘போர் ஆரம்பிக்கலாம்’ என்பதற்கு எழுப்பும் சங்கீதத்தை எழுப்பினார்கள்.

இந்தச் சங்கொலி வந்தபின், பல்லவர்கள் பக்கமும் ‘போர் ஆரம்பிக்கலாம்’ என்பதைக் குறிக்கும் சங்கொலி எழுப்பப்பட்டது. பாண்டியர்களை சங்கிலி வியூகத்தின்படி முதலில் தாக்க நகர்ந்து வந்தார்கள். சங்கிலி வியூகம் என்றால் மிகவும் பொறுமையாகச் செயல்பட வேண்டிய வியூகம். ஆனால் பாண்டியர்கள் சங்கிலியை வேகமாகச் சுழற்ற முடிவு செய்து முன்னேறி வந்து கொண்டிருந்தார்கள்.

பாண்டியர்கள் நன்றாக முன்னேறி வரும் வரை பல்லவர்கள் காத்திருந்தார்கள். ஒரு கட்டத்தில் பாண்டியர்கள் நன்றாக முன்னேறி வந்துவிட்டார்கள் என்று தெரிந்தவுடன் கொக்கு வியூகத்தில் சிறிது வேகமாக முன்னேறி வந்த பல்லவர்கள், இந்த வியூகத்தின்படி முதலில் யானைப்படைதான் எதிரியைத் தாக்க வேண்டும். ஆனால் இன்று சுவரன் மாறன் அதில் ஒரு மாற்றத்தைக் கொண்டுவந்தார். முதலில் வில்லாளிகளை அம்பை எய்யச் சொன்னார். இவரின் கட்டளைக்கு இணங்க வில்லாளிகள் நாணில் அம்பைப் பூட்டி எதிரியைத் தாக்க

ஆரம்பித்தார்கள். இவர்களின் தாக்குதல் ஆரம்பமான தருணத்தில் வானத்தில் மேகமே தெரியவில்லை. அந்த அளவிற்கு அம்பு மழைபோல் பொழிய ஆரம்பித்தது.

பல்லவர்களின் அம்பு தாக்க ஆரம்பித்த தருணமே பாண்டியர்களின் சங்கிலி வியூகம் முறிந்தது. ஓரிரு நிமிடங்கள் பல்லவர்கள் அம்பு மழை பொழிந்து நிறுத்தினார்கள். அதன்பின் கொக்கு வியூகம் முன்னேறிச் செல்லலாம் என்பதைக் குறிக்கும் வகையில் பச்சைக்கொடி ஆட்டினார் சுவரன் மாறன். இதைப் பார்த்த பல்லவ தேசத்தின் யானைப் படைகள் தாமதமின்றி வேகமாக முன்னேறி கொக்கு வியூகத்தைச் செயல்படுத்த ஆரம்பித்தன.

பல்லவ தேசத்தவர் வேகமாக முன்னேறி வருகிறார்கள் என்று தெரிந்தவுடன் ஏற்கெனவே சங்கிலி வியூகம் உடைந்துவிட்டது என்பதால், எவ்வித வீயூகமும் பயமுமின்றி பல்லவர்களைத் தாக்குங்கள் என்று அவர்களின் வீரர்களுக்குக் கட்டளையிட, போர் உக்கிரமானது.

கொக்கின் வாய்ப்பகுதி பாண்டியர்களின் படையைத் துவம்சம் செய்ய ஆரம்பித்தது. ஆம், பல்லவர் யானைப் படை, பாண்டியர்களின் படையை நிர்மூலமாக்க ஆரம்பித்தது. கறுப்பு காட்டு யானைகள் போல் பல்லவர்களின் யானைப்படை செயல்பட்டது.

பல்லவர்களின் யானைப்படையை, பாண்டியர்களின் யானைப்படை தாக்கி தடுத்து நிறுத்த முற்பட்டு சில யானைகளைத் தடுத்து நிறுத்தியது. அப்படி நிறுத்திய யானைகளை பாண்டியர்கள் கொன்றனர்.

இதைப் பார்த்த சுவரன் மாறன், “இறக்கைகளை வேகமாக அடித்து முன்னேறி வாருங்கள்” என்று கட்டளையிட்டார். அப்படிக் கட்டளையிட்டு அவரும் தன் ரதத்தை இறக்கையில் வேகமாக முன்னேறி வந்தார். அவரைத் தொடர்ந்து அவருடைய படை வீரர்களும் யானைக்குத்தி இயந்திரங்களுடன் நிற்கக்கூடிய ரதங்களும் வந்தன.

இருபக்கமும் ரதங்கள் முன்னேற, பாண்டியர்களின் படை சீர்குலைய ஆரம்பித்தது. உடனே செயல்பட்டுக் கொண்டிருந்த பல்லவர்களின் படை சுவரன் மாறனின் கட்டளைக்கிணங்க பிரிய ஆரம்பித்தது. குதிரைப் படையின் தாக்குதல் மிகவும் உக்கிரமாக இருந்தது. ஆனால் கொக்கு வியூகம் பிரிந்தபின் பாண்டியர்களின் எழுச்சி ஆரம்பமானது.

பாண்டியர்கள் அவர்களுடைய உருக்கு வாளை வைத்து லாகவமாக முன்னெடுத்துச் சென்று கொண்டிருந்தனர். அச்சமயத்தில் உக்கிரமாக முன்னேறிச் சென்று போரைச் சீர்குலைத்துக் கொண்டிருந்த சுவரன் மாறனுக்கு ஒரு வீரன் வந்து சூழ்நிலை பற்றிச் சொன்னான். உடனே 'இரண்டாம் வாளைப் பிரயோகம் செய்யுங்கள்' என்பதைக் குறிக்கும் கொடியை அசைத்தான். இதைப் பார்த்த பல்லவ தேசத்தின் காலாட்படை வீரர்களும், குதிரை வீரர்களும் அவர்களுடைய இடுப்பிலிருந்து இரண்டாவது வாளை எடுத்து வீறுகொண்டு எழுந்து சண்டையிட ஆரம்பித்தனர்.

இரண்டாம் வாளோ சேர பாண்டியர்களின் உருக்கு வாளுக்கு எதிராக ஆராய்ச்சி செய்து பல்லவர்களால் கண்டுபிடிக்கப்பட்ட வாள். அதை எடுத்து அனைவரும் சண்டையிட ஆரம்பித்தவுடன் போர்க்களத்தில் ரத்த வெள்ளம் ஓட ஆரம்பித்தது. ஏனெனில் எதிர்த்து நின்ற பாண்டியர்களின் ஆயுதங்கள் உடைய ஆரம்பித்தன. பாண்டியர்கள் பெருமிதம் கொள்ளும் அவர்களுடைய வாள் இரண்டு மூன்று துண்டுகளாக நொறுங்கியது. இதைப்பார்த்த பாண்டியத் தளபதிகள் என்ன செய்வது என்று அறியாமல் தவித்துப் போயினர். இப்படி இவர்கள் தவித்துக் கொண்டிருக்கும் தருணத்தில், பல்லவர்களின் படை பாண்டியர்களைச் சுற்றிவளைத்து ஆயுதம் ஏந்தி சண்டை போடும் ஒவ்வொரு வீரனையும் இரண்டு மூன்று துண்டுகளாக வெட்டிச் சாய்த்துக்கொண்டு முன்னேறிக் கொண்டிருந்தனர். பாண்டியர்களின் யானைப் படையில் ஒரு யானை கூட உயிருடன் இல்லாமல் போனது. யானைகள் வீழ்ந்த இடத்தில் யானையின் ரத்தம் பீறிட்டு ஓடி ரத்த ஆறாகத் தெரிந்தது.

சுவரன் மாறனின் ரதப் படை ஓடிய இடங்களில் எல்லாம் எதிரி நாட்டு வீரர்களின் ரத்தம் மட்டுமே தெரிந்தது. இந்தப் போரில் ஏறக்குறைய நானூறுக்கும் மேல் ரதங்களைப் பயன்படுத்தினார்கள் பல்லவர்கள். 'ரதங்களில் இருந்து இவ்வளவு போர் இயந்திரங்களை வைத்து சண்டையிட முடியுமா' என்று ஸ்தம்பித்ததுதான் பாண்டியர்களுக்கும் முதல் அடி. அடுத்ததாக பல்லவர்களின் உருக்கு வாள். இப்படி யுத்தம் நடக்க மீண்டும் பல்லவர்கள் அம்பு மழை பொழிந்தார்கள். இதில் அகப்பட்டு பாண்டியர்களின் தளபதிகள் எட்டி சாத்தனும், மாறன் காரியும் வீர சொர்க்கம் சென்றார்கள்.

மீதமுள்ள தளபதி சாத்தன் கணபதி, பாண்டியர்களின் படையை ஒன்று திரட்டி மீண்டும் இருக்கக்கூடிய ஆட்களையும்

குதிரைகளையும் வைத்து பல்லவர்களை வீறுகொண்டு எழுந்து தாக்கினார். இவருடைய தாக்குதல் இடிமுழக்கத்துக்குப் பின் வரக்கூடிய மின்னல்போல் பல்லவ சேனையைத் துவம்சம் செய்தது.

ஒவ்வொரு பாண்டிய வீரனும் இரண்டு பல்லவ வீரர்களை வெட்டிச் சாய்த்தனர். தப்பித்துப் போயிருந்த பாண்டியர்கள் திடீரென்று வீறுகொண்டு எழுவார்கள் என்று நினைக்காத பல்லவர்கள், சற்றுத் திகைத்துப் போனார்கள். இந்தத் திகைப்பைச் சரிகட்ட சுவரன் மாறன் தன் ரதத்தை சாத்தன் கணபதியை நோக்கிச் செலுத்தினான்.

தளபதி சுவரன் மாறன் முன்னேறி வருவதைப் பார்த்த பல்லவ வீரர்கள் அனைவரும் மீண்டும் வீறுகொண்டு எழுந்து பாண்டியர்களைப் பந்தாடினர். என்னதான் பாண்டியர்களின் படை உருக்குலைந்து மிகவும் சொற்பமான வீரர்கள் மட்டும் இருந்தாலும், தளபதி சாத்தன் கணபதி மட்டும் கடலில் இருந்து கரைகடக்கும் புயல் காற்று போல் சுழன்று சுழன்று பல்லவ வீரர்களைத் தாக்கி கொன்று குவித்துக் கொண்டிருந்தார்.

பாண்டியத் தளபதியை நெருங்கிவந்த பல்லவத் தளபதி சுவரன் மாறன், சாத்தன் கணபதியுடன் துவயுத்தத்தில் இறங்கினான். இருவரும் சண்டையிடும் பொழுது மலையும் மலையும் மோதிக்கொள்ளும் அளவிற்கு இவர்களுடைய வாள் வீச்சில் சத்தம் எழுந்தது.

ஒருவருக்கொருவர் சளைத்தவர்கள் இல்லை என்பது போல் இருவரும் பலேகில்லாடிகளாகவாள் வீசிக்கொண்டிருந்தார்கள். ஒரு கட்டத்தில் சாத்தன் கணபதி சுழன்று வாள் வீசியதில் சுவரன் மாறனின் வலது கை மணிக்கட்டில் ஒரு வெட்டுக் காயம் ஏற்பட்டது. அதைச் சற்றும் பொருட்படுத்தாமல் மீண்டும் பழைய வேகத்துடன் சுவரன்மாறன் சாத்தன் கணபதியைத் தாக்கினார். இவர்கள் இவ்வாறு சண்டையிட இன்னொரு பக்கம் சுருள் வாள் படையினரிடம் மாட்டி, அனைத்து பாண்டியர்களின் காலாட்படை வீரர்களும் குதிரைப்படை வீரர்களும் வீர சொர்க்கம் அடைந்தார்கள்.

இந்தப் போர் ஆரம்பிக்கும் முன் செம்மண் பூமியாய் இருந்த அந்தப் போர்க்களம், இப்பொழுது செங்குருதி ஓடக்கூடிய நதி போல் ஆனது. சாத்தன் கணபதியைத் தவிர வேறு எந்தப் பாண்டிய வீரரும் உயிருடன் இல்லை என்பதை உறுதி செய்துவிட்டு, அனைத்து வீரர்களும், சுவரன் மாறனும் சாத்தன் கணபதியும் சண்டையிடுவதைப் பார்க்க சுற்றி நின்றனர்.

இவ்வாறு வீரர்கள் இவர்களைச் சுற்றி நின்ற பின் இருவரும் இரண்டு ஆண் யானைகள் காட்டினுள் சண்டையிட்டுக் கொண்டால் எந்த அளவு பலப்பரிட்சை நடக்குமோ அதைவிட பலமாக சண்டையிட்டுக் கொண்டிருந்தார்கள். ஒரு கட்டத்தில் சாத்தன் கணபதி கையில் இருக்கக்கூடிய வாள் நழுவி கீழே விழுந்தது. அதைச் சாதகமாக ஆக்கிக் கொள்ளாமல், தன் கையிலிருக்கும் வாளையும் தூர எறிந்துவிட்டு, சாத்தன் கணபதியுடன் மல்யுத்தத்தில் இறங்கினான் பல்லவர் தளபதி சுவரன் மாறன். ஏற்கெனவே வலது மணிக்கட்டில் வெட்டுக்காயம் ஏற்பட்டு வாள் வீசிய சுவரன்மாறன், மல்யுத்தத்தில் கைதேர்ந்தவனான சாத்தன் கணபதியிடம் அகப்பட்டான். நண்டுப் பிடி பிடித்து சாத்தன் கணபதி சுவரன் மாறனை ஓங்கித் தரையில் அடித்தான். அந்த அடியில் நிலைகுலைந்த சுவரன் மாறன், எதிரில் நிற்பது யார் என்பதே தெரியாத அளவிற்குக் கண்கலங்கி, கண்ணைத் தேய்த்துக்கொண்டு சாத்தன் கணபதியைப் பார்த்து, "நல்ல அடி" என்றான்.

"வா..." என்று மீண்டும் சாத்தன் கணபதியை அழைத்தான் சுவரன் மாறன். இவன் அழைத்ததுதான் தாமதம், வேகமாக ஓடிவந்து சுவரன் மாறனின் விலா எலும்பில் உதைக்க காலைத் தூக்கினான் சாத்தன் கணபதி. தூக்கிய காலைக் கிடுக்குப் பிடி பிடித்து, யானை துதிக்கையில் மாட்டிய மனிதன் தரையில் எவ்வாறு அடி வாங்குவானோ அவ்வாறு சாத்தன் கணபதியை ஏதோ துணி துவைப்பது போல் 'படார் படார் படார்' என்று தன் வெறி தீர சுவரன் மாறன் தரையில் அடித்து, பாண்டிய நாட்டின் விலைமதிப்பில்லா ஒரு வீரனுக்கு வீர சொர்க்கத்திற்கு வழி காட்டினான். இந்தத் துயரம் முடிந்தபின் சுவரன் மாறன் தன் ரதத்தில் ஏறி நின்று யுத்த களத்தைப் பார்த்தான்.

சாத்தன் கணபதி இறப்புக்குப்பின், பாண்டிய நாட்டின் பல்லவ தேசத்தைப் பிடிப்பதற்காக ஆரம்பித்த இந்த யுத்தம் முடிவுக்கு வந்தது. இந்தச் செய்தி பல்லவ மன்னர் நந்திவர்மனுக்கும் சொல்லப்பட்டது. போர் முடிவுக்கு வந்தபின் போர்க்களம் ஏதோ பூமாதேவிக்கு ரத்தத்தால் அபிஷேகம் செய்து, அந்த ரத்தம் ஆறாக ஓடுவது போல் இருந்தது.

'பாண்டியர்களின் நாடு பிடிக்கும் ஆசை மட்டும் இல்லாமல் இருந்தால், இவ்வளவு ரத்தம் வீணாகியிருக்காது' என்று நினைத்துக்கொண்டு ரதத்தில் நின்றுகொண்டிருந்தான் சுவரன் மாறன். 'இங்கு இந்த யுத்தகளத்தில் இறந்தவர்களின்

ஆத்மா பேயாக மணலூரில்தானே சுற்றிக் கொண்டிருக்கும்' என்றும் நினைத்து தன் தலையைத் திருப்பினான். அப்படித் திருப்பிய பொழுது, சாத்தன் கணபதி தன் ரதத்தில் நின்று கொண்டிருப்பது போல் சுவரன் மாறனுக்கு ஒரு காட்சி தோன்றியது.

'போர்க்களத்தில் இறந்த வீரர்களுக்கு வீர சொர்க்கம் என்று என்னதான் நாம் சொன்னாலும், அவர்களுடைய ஆத்மாவும் ஏதேனும் நிறைவேறாத ஆசையுடன் தானே இருக்கும். இறந்தவர்கள் போர்க்களத்தில் பேயாகத்தானே சுற்றிக் கொண்டிருப்பார்கள்' என்று சிந்தித்து இருந்த தருணத்தில் காஞ்சியில் இருந்து கிளம்பி வந்த கோட்டாற்று இளம்பெருமானார் எனும் புலவர், இந்த யுத்தக் காட்சியைப் பார்த்து,

'ஒழுகு குருதியுடனொப்ப வோடிக்
கழுகு கொழுங்குடர்கவ்வ — விழிகட் பேய்'

என அழகுதமிழில் பாட, அந்தப் பாடல் அழகிய கல்வெட்டெழுத்தாய் சிற்பிகளால் வெட்டப்படுகிறது.

இன்றும் செந்தலை சென்றால், நீங்கள் இந்தக் கல்வெட்டைப் படிக்க முடியும்.

— முற்றும் —

புத்தக விற்பனையாளர்களுக்கு...

சுவாசம் புக்ஆர்ட் மூலம் உங்கள் விற்பனையைப் பெருக்கிக் கொள்ள நல்ல வாய்ப்பு...

Swasam Bookart, Chennai.
Phone : 81480 66646

* அனைத்துப் பதிப்பகங்களின் புத்தகங்களையும் ஒரே விற்பனையாளரிடம் வாங்க விருப்பமா?

* B to B'ல் புதிய சாதனையைப் படைக்கும் எங்களுடன் கை கோப்பீர்!

* தமிழ்நாடு முழுக்க புத்தக விற்பனையில் புதிய பாய்ச்சலை உண்டாக்க ஒன்றுபடுவோம்.

எங்கள் சிறப்பு என்ன?

* விற்பனையாளர்களுக்கான கழிவு.
* அனைத்து பதிப்பகங்களின் புத்தகங்களும் ஒரே இடத்தில், ஒரே பில்லில்.
* தரமான வாடிக்கையாளர் சேவை.
* ஷோசியல் மீடியா மூலம் ஆர்டர்.
* போன் மூலமும் ஆர்டர் செய்யும் வசதி.

Swasam Bookart

A New Solution For Tamil Books Industry!

இன்னும் எத்தனையோ. இப்போதே ஆர்டர் செய்யுங்கள். ஒருங்கிணைவோம், வெற்றி பெறுவாம்.